AF755059

व्हिदर जस्टिस

तुरुंगातील स्त्रियांच्या कथा

लेखक
नंदिनी ओझा

अनुवाद
प्रियंका कुलकर्णी

मेहता पब्लिशिंग हाऊस

All rights reserved. No part of this publication may be reproduced, stored in a retrieval system or transmitted, in any form or by any means, without the prior written consent of the Publisher and the licence holder. Please contact us at
Mehta Publishing House, Sadashiv Peth, Pune 411030.
✆ +91 020-24476924 / 24460313 / Mob. No. 9545000513
Email : production@mehtapublishinghouse.com
Website : www.mehtapublishinghouse.com
◆ *या पुस्तकातील लेखकाची मते, घटना, वर्णने ही त्या लेखकाची असून त्याच्याशी प्रकाशक सहमत असतीलच असे नाही.*

WHITHER JUSTICE by NANDINI OZA
© Nandini Oza 2006
First Published by Rupa & Co., New Delhi - 110002.
Translated into Marathi Language by Priyanka Kulkarni

व्हिदर जस्टिस / अनुवादित कथासंग्रह

अनुवाद : प्रियंका कुलकर्णी
Email : author@mehtapublishinghouse.com
मराठी अनुवादाचे व प्रकाशनाचे हक्क : मेहता पब्लिशिंग हाऊस, पुणे - ३०.
प्रकाशक : सुनील अनिल मेहता, मेहता पब्लिशिंग हाऊस,
१९४१, सदाशिव पेठ, माडीवाले कॉलनी, पुणे - ४११०३०.
मुद्रक : पार्कसन्स ग्राफिक्स
मुखपृष्ठ : चंद्रमोहन कुलकर्णी
प्रथमावृत्ती : फेब्रुवारी, २०१२
किंमत : ₹ ११०
P Book ISBN 9788184983425

---

* पायरेटेड पुस्तकांची खरेदी-विक्री हा कायद्याने गुन्हा आहे आणि अशा गुन्ह्याविरोधात कायदेशीर कारवाई होऊ शकते.

ज्यांनी न मळलेल्या वाटेवरून चालण्यासाठी मला प्रोत्साहन दिलं,
ते माझे आई-वडील आणि बहीण यांच्यासाठी...
श्रीपादला... माझा सहप्रवासी झाल्याबद्दल.
माझे भाचे नीरज, खुशाल, झुबिन, निशांत आणि भाची श्रेया यांना,
त्यांचा आयुष्याचा प्रवास सुखद व सफल होवो, या सदिच्छेसह

अनुक्रमणिका

उपोद्घात

सामाजिक, सांस्कृतिक, राजकीय, धार्मिक तसेच आर्थिक भेदाभेद आणि शोषणाला स्त्रिया अनंत काळापासून बळी पडत आल्या आहेत. जगभरात या भेदाभेदाचा त्यांच्या जीवनातील प्रत्येक मार्गावर प्रभाव पडलेला आहे. 'विमेन्स हिस्ट्री ऑफ द वर्ल्ड' या आपल्या पुस्तकात रोझलिंड माइल्स म्हणते : 'फार पूर्वीपासून पुरुषी वर्चस्वाबद्दल पारंपरिक युक्तिवाद चालत आलेला आहे. लोकशाहीचे सर्व प्रयोग, सर्व क्रांत्या, समानतेच्या सर्व मागण्या लैंगिक समानतेपर्यंत पोहोचल्याच नाहीत. स्त्रियांकडे जीवशास्त्रीय दृष्टिकोनातून पाहिलं जातं आणि त्यांना संपूर्ण स्वयंनिर्णयाचा हक्क नाकारला जातो.'

मी समाजसेवेत पदव्युत्तर शिक्षण घेत असताना प्रात्यक्षिक प्रशिक्षणासाठी मला सेंट्रल जेलमध्ये पाठवलं गेलं. हा अनुभव हृदयद्रावक तर होताच, शिवाय त्यामुळे माझे डोळेही खाड्कन उघडले. शतकानुशतके चालत आलेल्या भेदाभेदामुळे आणि स्त्रियांच्या शोषणामुळे झालेले परिणाम मला त्या वेळी ठळकपणे जाणवले. माझ्या असं लक्षात आलं की, कित्येक बाबतींत स्त्रीला शिक्षा तर झाली; परंतु तो गुन्हा तिनं ठरवून केलाच नव्हता अथवा तो गुन्हा करणं तिला भाग पाडलं गेलं होतं किंवा बऱ्याच बाबतींत तिच्या हातून तो गुन्हा घडणं अपरिहार्य होतं, कारण ती स्त्री होती. त्या स्त्रियांच्या जीवनकथांवरून एक स्त्री म्हणून त्यांचं स्थान, त्यांच्याकडून असलेल्या अपेक्षा, समाजानं त्यांना दिलेली निर्घृण वागणूक आणि गुन्हा करण्यास कसं प्रवृत्त केलं– हे सर्व मला समजलं. बऱ्याच प्रकरणांत समाजाच्या गुन्ह्यांची किंमत स्त्रियांना मोजावी लागली, असं दिसलं.

काळाच्या ओघात मी नंतर नर्मदा बचाव आंदोलनाची ('नबआ'ची) पूर्णवेळ कार्यकर्ती झाले. जनसामान्यांच्या ह्या जबरदस्त लढ्यात मला बऱ्याच वेळा कच्ची कैद झाली. सुनावणीखालील कैदी म्हणून तुरुंगात राहावं लागलं. यामुळे कैदी स्त्रियांसोबत राहण्याची, त्यांचं आयुष्य व जीवनकथा समजावून घेण्याची आणि त्यांच्याशी सुख-दुःखाच्या गोष्टी करण्याची मला आणखी एक संधी मिळाली.

या वेळी मी एका मोक्याच्या भूमिकेत होते. मी स्वतः एक कैदी असल्यानं मला त्यांचा विश्वास सहजासहजी संपादन करता आला, हा एक खास फायदा झाला. बाहेरच्या व्यक्तीला किंवा संशोधकाला हे शक्य नव्हतं. मी तुरुंगातच राहत असल्यानं त्यांच्यातील बऱ्याच जणींशी माझी छान जवळीक निर्माण झाली. त्यांना कशा प्रकारे गुन्हेगार ठरवण्यात आलं, ती परिस्थिती आणि तुरुंगात टाकण्यात आलं ती हकिगत हृदयद्रावक होती. माझ्या विद्यार्थिदशेत मी जे शिकले होते, त्यांतील बऱ्याच गोष्टी खऱ्या आहेत, हे या स्त्रियांच्या जीवनकहाण्यांमुळे सिद्ध झालं. पोलीस, कायदा आणि न्यायालयीन यंत्रणेचे स्वरूप व कार्यपद्धती मला तिथं चांगल्या प्रकारे जाणून घेता आली. या यंत्रणांच्या कामकाजात स्त्रियांच्या जीवनातील सामाजिक, सांस्कृतिक आणि आर्थिक तथ्यांकडे दुर्लक्ष केलं जातं. ह्या दुर्लक्षामुळेच बळी पडलेल्यांनाच बऱ्याचदा शिक्षा होते!

हे अनुभव इतरांना सांगितले पाहिजेत इतके महत्त्वाचे आहेत, असं मला वाटलं. ह्या स्त्रिया कोण आहेत? पोलिसांच्या नोंदीनुसार त्यांनी कोणते गुन्हे केले आहेत? कोणत्या परिस्थितीवश त्यांना अखेर तुरुंगवास भोगावा लागला? गुन्हा करायला त्या कशामुळं प्रवृत्त झाल्या? तुरुंगाच्या आत त्यांची काय अवस्था असते आणि बाहेर पडल्यावर त्यांच्यासमोर काय वाढून ठेवलेलं असतं? गुन्हेगार म्हणवलं जाणाऱ्या या लोकांना सुधारण्यासाठी तुरुंगात खरोखरच प्रयत्न होतात का? आपल्या न्याय आणि कायदा यंत्रणेत सुधारणा करण्याची गरज आहे का आणि तसा वाव आहे का?

माझे अनुभव सांगण्याकरिता मी कैदी स्त्रियांचं आयुष्य काल्पनिक कथांच्या रूपात मांडलं आहे. ही पद्धत निवडण्यामागं अनेक कारणं होती.

(अ) खऱ्या नावांचा उल्लेख केल्यास नंतर त्या स्त्रियांचा आणखी छळ झाला असता. तो टाळण्यासाठी संबंधित स्त्रियांची ओळख गुप्त राखणं आवश्यक होतं. (ब) काही मुद्दे, इच्छा, भावना आणि विचार त्या स्त्रियांना शब्दांत व्यक्त करता आले नव्हते. पण त्या आपली कहाणी सांगताना ते मला सहज आकलत होते. ते मुद्दे ठळकपणे आणि स्पष्टपणे मांडण्यासाठी. (क) या स्त्रियांच्या जीवनातील सामाजिक, आर्थिक, राजकीय आणि सांस्कृतिक अंगांमध्ये एक परस्परसंबंध आहे; पण तो नेहमीच समजतो, जाणवतो किंवा व्यक्त होतो, असं नाही. या स्त्रियांना स्वतःलादेखील तो समजत नाही, तो मला मांडायचा होता. (ड) सर्व घटना वाचायला सोप्या पद्धतीनं मांडण्यासाठी आणि पर्यायानं अनेक लोकांपर्यंत पोहोचवण्यासाठी हे आवश्यक होतं.

मला हेही नमूद केलं पाहिजे की, त्या तुरुंगामध्ये नववधूला जाळण्यापायी जन्मठेपेची शिक्षा झालेल्या स्त्रियादेखील होत्या. स्त्रियांच्या संदर्भात मला निदर्शनास

आलेला हा एकच गुन्हा असा आहे की, ज्याचं समर्थन करता येणार नाही. असं असलं, तरी ह्या भेसूर कृत्याची आणि स्त्री-भ्रूण-हत्येची मुळेदेखील पितृप्रधान समाजरचनेतच आहेत. उर्वरित सर्व गुन्हे सामाजिक, सांस्कृतिक तगाद्यामुळे आणि आर्थिक नडीमुळे घडून आले होते. मी असलेल्या तुरुंगात मला एकही पांढरपेशा गुन्ह्याचं उदाहरण दिसलं नाही किंवा उच्च स्तरावरील गुन्हेगार स्त्री दिसली नाही.

न्यायालयीन कोठडीतील स्त्रियांच्या जीवनाबद्दल लिहावं, असं मला प्रकर्षानं वाटायचं आणखी एक कारण आहे. राजकारणात पसरलेली गुन्हेगारी व आपल्या सरकारमधील उच्च पदांवरील भ्रष्टाचार स्वैरपणे वाढतो आहे आणि आपला बळी घेत आहे. एकीकडे असा भ्रष्टाचार सुरूच असताना दुसरीकडे मात्र छोट्या-छोट्या चुका केलेले लोक तुरुंगात खितपत पडतात. कधी कधी त्यांची सुनावणीदेखील होत नाही, कारण त्या गरीब आणि क्षुद्र स्त्रिया असतात.

आपल्या न्यायालयीन आणि कायदा यंत्रणेत काही सुधारणा ताबडतोब करणं आवश्यक आहे याची जाणीव वाढू लागलेली आहे. दि. २७ ऑगस्ट २००४ च्या 'फ्रंटलाईन' मासिकातील श्री. आर. के. राघवन यांच्या स्तंभातून हे जाणवतं. त्यांनी लिहिलंय, 'तुरुंगातील स्त्रियांबद्दल एक सहानुभूतीची दुय्यम भावना आहे. परिस्थितीवश गुन्हेगार होण्याचं प्रमाण पुरुषांपेक्षा स्त्रियांमध्ये अधिक आहे. ह्या कैदी स्त्रियांच्या पार्श्वभूमीचं सखोल संशोधन करण्याची आवश्यकता आहेच; पण अनेक कैदी स्त्रिया घरात किंवा कामाच्या ठिकाणी बळी पडतात, हेही सत्य आहे. त्यांच्या कैदेशी ह्या बाबीचा थेट संबंध नसेल कदाचित; परंतु, त्यांना शिक्षा देताना ह्या बाबीचा विचार करण्याची गरज आहे....'

मला आणखी जे काही सांगायचं आहे, ते मी ह्या पुस्तकातील कथांमध्ये गुंफलेलं आहे, एवढं सांगून मी या कथा सादर करते. या कथांचा आपल्या देशातील स्त्री चळवळ, मानवाधिकार चळवळ आणि कायदेविषयक सुधारणा चळवळीला थोडा हातभार लागेल, अशी आशा आहे.

खरा गुन्हेगार

नेहमीप्रमाणे त्या दिवशीदेखील मी तिच्या थंड, भेदक, उपहासगर्भ नजरेला नजर देऊ शकले नाही. अजूनही कधी कधी ते डोळे माझा वेध घेतात आणि आजही शरमेनं मान खाली झुकवण्यास भाग पाडतात. तिचा तो चेहरा दगडी वाटावा इतका भावशून्य होता. पण तिचे डोळे मात्र भरभरून बोलत होते. त्या डोळ्यांत आयुष्याविषयीची वेदना, चीड आणि तिटकारा ढळढळीतपणे जाणवत होता. एक अर्धनग्न, कृश व गलिच्छ लहान मुलगा तिच्या निस्तेज अन् दमल्या-भागलेल्या देहाला बिलगलेला होता. त्याच्या नाका-डोळ्यांतून वाहणाऱ्या पिवळट स्त्रावाभोवती माशांचा थवा घोंगावत होता, परंतु त्यांना हाकलून लावण्यासाठी तो बोटदेखील उचलत नव्हता. त्यानं नशिबापुढे कधीचीच शरणागती पत्करली होती. तिच्या कडेवरील मूल तर आणखीनच हडकुळं होतं. असं असूनही ती पराजित स्त्री ताठ मानेनं उभी राहून निडरपणे आम्हाला आव्हान देत होती.

तिच्या तिरस्कारयुक्त, कुत्सित दृष्टीमागील कारण माझ्या ध्यानात येईना; परंतु त्या दृष्टीमुळे मी कमालीची अस्वस्थ झाले. तिचे डोळे, तिचा आविर्भाव, तिला चिकटलेली ती दोन सुकडी मुलं... ते संपूर्ण दृश्य मला अजूनही बेचैन करतं. या गोष्टीला दशकं उलटून गेलीत, तरी अजूनही त्या भेदक नजरेपासून मला मुक्ती मिळालेली नाही.

परीक्षेपूर्वी काही दिवस अभ्यासासाठीच्या सुट्टीसाठी मी होस्टेलची खोली सोडून माझ्या गावी निघाले होते. राज्य परिवहनच्या बसमध्ये चढताना मला मागून कुणी तरी धक्का दिला. कुणी तरी पुरुष असणार, असं वाटून मी चिडले आणि त्याच्या थोबाडीत मारण्यासाठी मागं वळले. परंतु त्याऐवजी एक अतिशय गरीब बाई उभी असलेली दिसताच मला आश्चर्य वाटलं आणि मी राग आवरला. तरीपण त्या गलिच्छ लक्तरांतील अस्वच्छ बाईचा स्पर्श मला सहन होईना. 'गर्दी नाहीये, जरा दूर सरका,' असं मी तिला नम्रपणे सांगितलं; परंतु माझं बोलणं तिला समजलं नसावं. त्यामुळे मीच बाजूला सरकले आणि तिला पुढं जाण्यासाठी

जागा करून दिली. परंतु आश्चर्य म्हणजे, तिनं तसं केलं नाही.

त्या दुपारचं ते पंचेचाळीस अंश सेल्सिअस तापमान, गर्दी, घाण अन् गोंधळ यांनी गजबजलेला तो बसस्टँड, घामाचा अन् मुतारीचा दुर्गंध आणि पुढ्यात वाढून ठेवलेला हादरेयुक्त दीर्घ प्रवास... या सर्वांमुळे तिच्या स्पर्शाची मला आणखीनच किळस वाटू लागली. परंतु तिची दया येऊन मी परिस्थितीशी समझोता केला. जाऊ दे, बिच्चारी!

सुदैवानं बसमध्ये गर्दी नव्हती. सामान्यत: बस सुरू झाल्यानंतरच कंडक्टर तिकिटे फाडू लागतो, परंतु त्या दिवशी तो आधीच आला. तिकिटाचे पैसे काढण्यासाठी मी माझ्या बॅगेत हात घातला आणि पाकीट चाचपडू लागले. इतरत्र कुठं शोधण्याचा प्रश्नच नव्हता. विद्यार्थिदशेमुळे माझ्याकडे पैशांची नेहमी चणचण असायची. त्यामुळे मी माझ्या खांद्यावरील शबनम बॅगेत ते पाकीट नीट ठेवलं होतं. शिवाय त्या पाकिटात परीक्षा फी भरल्याची पावती होती. ती दाखवल्याशिवाय मला परीक्षेला बसताच आलं नसतं. नवीन पावतीसाठी अर्ज करायचा म्हटलं, तर विद्यापीठाच्या नोकरशाही कारभारामुळे ती मिळायला कित्येक दिवस गेले असते. त्यामुळे मी खूपच काळजी घेतली होती. पावती हरवली असती, तर मी परीक्षेला बसू शकले नसते. त्यामुळे मी माझी पिशवी क्षणभरही बाजूला केली नव्हती. काहीही करून मला पावती परत मिळवायलाच हवी होती.

मी पाकीट सगळीकडे शोधू लागले. ते सापडेना म्हटल्यावर माझी घालमेल वाढत गेली.

माझी चुलतबहीण मला निरोप द्यायला आली होती. ती पोलिसांच्या बाकापाशी गेली आणि एका हवालदाराला घेऊन आली. कारण माझं पाकीट मारलं गेलंय, हे स्पष्ट दिसत होतं. हवालदार ताबडतोब आला. त्यानं 'कुणावर संशय आहे का?' असं आम्हाला विचारलं. एव्हाना मला एक समजून चुकलं की, पाकीट मारण्याची संधी एकाच व्यक्तीला होती अन् ती म्हणजे, मला अकारण ढकलणारी ती स्त्री. परंतु तिच्याकडे बोट दाखवायला माझं मन तयार होईना. ती अगदी निरुपद्रवी वाटत होती. तिच्या अवतारावरून ती *पाकीटमार* असेल, असं वाटत नव्हतं. शिवाय तिनं पाकीट मारलं असतं, तर तिनं त्याच बसमध्ये चढण्याचा मूर्खपणा कसा केला असता? त्याऐवजी इथून पसार होण्याचा पर्याय तिनं निवडला असता. परंतु मला लुटण्याची एवढी चांगली संधी आणखी कुणालाच नव्हती, फक्त तिलाच ती होती. एरवी मी हे प्रकरण पुढं रेटलं नसतं, पण पाकिटात परीक्षेची पावती होती. त्यामुळे नाइलाजानं मी तिच्याकडे बोट दाखवलं.

मी माझा संशय व्यक्त केल्याबरोबर तो पोलीस त्या स्त्रीकडे सरसावला. ती शेवटच्या सीटवर बसली होती. काहीही न बोलता त्यानं तिला मुस्काटीत

मारायला सुरुवात केली. मला धक्काच बसला. तिच्या पायापाशी माझं पाकीट सापडलं. त्यासरशी हवालदारानं तिला आता आणखी जोरानं फटका दिला. माझी जीभ टाळूला चिकटली. माझी चुलतबहीण तर पार हादरून गेली आणि तो हवालदार विजयी मुद्रेनं पाहू लागला. त्या स्त्रीचा मुलगा भीतीनं थरकापला, परंतु ती मात्र निश्चल उभी होती. फक्त तिचे डोळे जणू आग ओकू लागले होते.

आता त्या पोलिसानं परिस्थितीचा पूर्णपणे ताबा घेतला. त्यानं पोलीस ठाण्यावर जाऊन तक्रार देण्याचा आमच्याकडे हेका धरला. मला हे प्रकरण आणखी ताणायचं नव्हतं. कारण ती त्या दिवशीची शेवटची बस होती आणि ती चुकवण्याची माझी इच्छा नव्हती; शिवाय त्या गरीब बाईला आणखी त्रास देण्यात मला बिलकुल स्वारस्य नव्हतं. माझं पाकीट मला परत मिळालं होतं आणि तिलाही चांगली शिक्षा मिळाली होती– जरुरीपेक्षा जरा जास्तच. परंतु हवालदार जुमानेना. पोलीस ठाणे बसमार्गावरच होतं; त्यामुळे बस तिथं थांबवण्यात आली आणि आम्हाला सक्तीनं तिथं नेण्यात आलं. पोलीस ठाण्यामध्ये शिरताक्षणी, तेथील हवालदारानं त्या स्त्रीला पाहताच तिला शिव्या घातल्या आणि जोरानं मारहाण केली. ती एका कोपऱ्यात जाऊन उभी राहिली आणि पापणीही न हलवता ताठपणे पुढील परिणामांची वाट पाहू लागली.

एका स्त्री पोलिसाला बोलवण्यात आलं. तिनं अनमान न करता त्या स्त्रीला घाणेरड्या शिव्या दिल्या आणि दोन सणसणीत थपडा मारल्या. या सर्व प्रकारात ती स्त्री गोठल्यासारखी उभी होती. तिनं एकही शब्द उच्चारला नाही, परंतु तिच्या दृष्टीत तिरस्कार आणि विरोध ठासून भरलेला होता.

त्या स्त्रीला देण्यात येणारी भयानक वागणूक पाहून मला वाईट वाटू लागलं. हे कृत्य तर त्या किरकोळ चोरीच्या कृत्यापेक्षाही वाईट होतं. मी तिथल्या सबइन्स्पेक्टरला ठामपणे सांगितलं की, हे प्रकरण पुढं नेण्याची मला इच्छा नाही. त्यानं तुच्छ नजरेनं माझ्याकडे पाहिलं आणि सांगितलं की, कायद्यानुसार तक्रार नोंदवायलाच हवी. नियम पाळण्यावाचून गत्यंतर नाही. "आम्ही तिला मुद्देमालासकट पकडलेलं आहे, त्यामुळे दुसरा मार्ग नाही. या प्रभागातून गुन्हेगारांचं उच्चाटन करणं आणि कायदा पाळणं, हे आमचं कर्तव्य आहे." त्यानं पुन्हा बजावून सांगितलं.

मला अशा प्रकरणाचा काहीच अनुभव नव्हता. कायद्याच्या रक्षकांवर भरवसा ठेवावा, म्हणून मी नाइलाजानं या गोष्टीला मान्यता दिली. एका कोऱ्या कागदावर माझा जबाब घेण्यात आला. निघण्यासाठी उठून उभी राहिल्यावर त्या सब-इन्स्पेक्टरने मला पाकीट ठेवून जाण्यास सांगितलं. कोर्टात त्या स्त्रीपाकीटमाराविरुद्ध पुरावा म्हणून दाखवायला ते लागणार होतं. मी पाकीट ठेवायला तयार नव्हते.

कारण बसचे तिकीट काढायला मला पैसे लागणार होते आणि परीक्षा फीची पावती तर मी मुळीच गमावणार नव्हते. "मग, तुम्ही ती पावती काढून घ्या, तुमच्या चुलतबहिणीकडून बसपुरते पैसे घ्या आणि ते पाकीट मात्र कोर्टाच्या खटल्यासाठी म्हणून आमच्या ताब्यात द्या." त्यानं ठामपणे आज्ञा केली. दहा दिवसांत परत येऊन आपल्या वस्तू घेऊन जाण्याची त्यानं मला सूचना केली. पोलीस कारवाईची ही नेहमीची पद्धत असेल, या समजुतीनं मी त्याच्यावर पूर्ण विश्वास ठेवून त्याची सूचना पाळली.

बाहेर जाता-जाता मी त्या स्त्रीकडे पाहिलं. ती माझ्याकडेच पाहत होती. तिच्या चेहऱ्यावर भीतीचा लवलेशही नव्हता. ती खचली नव्हती की त्रासलीही नव्हती, हे पाहून मी चकित झाले. खरं तर ती साळसूदपणाचा आव आणत असल्यासारखी वाटली; आम्हालाच गुन्हेगार ठरवत असल्यासारखी! ती माझ्याकडे तुच्छतेनं पाहत होती. मला तिच्या तिरस्कारयुक्त स्मितहास्याचा अन् उपहासगर्भ दृष्टीचा अर्थच लागेना. ह्या असल्या अडचणीच्या परिस्थितीतही ती माझी खिल्ली कशी उडवू शकते, याचं मला कोडं पडलं. मी तिच्या नजरेला नजर देऊ शकले नाही. मी तिथून काढता पाय घेतला, परंतु संपूर्ण प्रवासभर माझ्या डोक्यात तिचेच विचार येत होते.

काही दिवसांनंतर मी माझ्या पदवी परीक्षेसाठी परत आले. माझं पाकीट आणि पैसे घेण्यासाठी मी पोलीस ठाण्यात गेले. पूर्वीचाच सबइन्स्पेक्टर ड्युटीवर होता. मी माझ्या वस्तू मागितल्यावर त्यानं माझ्याकडे अलिप्तपणे पाहिलं आणि मला न ओळखल्याचा आविर्भाव आणत आपलं काम सुरू ठेवलं. मी त्याचं लक्ष वेधून घेतलं, तसं त्यानं उद्धटपणे मला सरळ विचारलं, "कुठले पैसे आणि कुठलं पाकीट?" तत्क्षणी धाड्दिशी मला हे कटू सत्य जाणवलं की, कायद्याचे रक्षणकर्ते म्हणवणारेच मला फसवण्याचा प्रयत्न करताहेत! मला फार मोठा धक्का बसला. संतापाची तिडीक माझ्या मस्तकात गेली आणि मी त्याच्या विरोधात आरडाओरड करू लागले. मी आरोप केला की, तुम्ही पोलीसच खरे गुन्हेगार आहात. त्या बिचाऱ्या स्त्रीवर तुम्ही नाहक आणि बेकायदारीत्या जुलूम केलाय. आता तो पोलीस सबइन्स्पेक्टर मला वैतागला. माझी ब्याद अशी सहजासहजी टळणार नाही, हे त्याच्या ध्यानात येताच त्यानं मला धमकी दिली की, ड्युटीवरील सरकारी अधिकाऱ्याचा अपमान केल्याबद्दल मी तुझ्यावर कारवाई करीन. पण रागाच्या भरात मला त्याचा इशारा ध्यानात आला नाही. मी माझा शाब्दिक हल्ला सुरूच ठेवला. अखेर एका हवालदार स्त्रीला बोलावण्यात आलं. 'त्या' दिवशी त्या स्त्रीला शिव्या घालणारी ती हीच हवालदार होती. काय घडतंय ते कळण्यापूर्वीच तिनं मला निर्दयपणे पोलीस ठाण्याबाहेर ढकलून दिलं.

ह्या घटनेमुळे मी बिथरले. याविरुद्ध जातीनं तक्रार करण्यासाठी मी थेट जिल्हा अधीक्षकांच्या कार्यालयात गेले, परंतु ते रजेवर होते. मी आणखी एके दिवशी गेले आणि त्यांना सर्व हकिगत सांगितली. त्यांनी योग्य ती कारवाई करण्याचं आश्वासन दिलं आणि मला काही दिवसांनी परत येण्यास सांगितलं. त्यानंतर परीक्षेचा ताण असूनही मी अनेकदा त्यांना भेटायला गेले; परंतु दर खेपेस त्यांची सेक्रेटरी काही ना काही कारण सांगून मला परतून लावायची. तोही पोलीस अधिकारी मला टाळतो आहे, हे स्पष्ट दिसत होतं. मी या प्रकरणाचा निक्षून पाठपुरावा केला; परंतु मला माझं पाकीट परत मिळवता आलं नाही, की त्या गुन्हेगारांवर काही कारवाई करवता आली नाही. एका सपशेल पराभवाचा अनुभव माझ्या वाट्याला आला.

पण ह्या घटनेमुळे माझ्या आयुष्याला कलाटणी मिळाली. माझ्या मनात हजारो प्रश्नांचे विस्फोट होऊ लागले. सद्य यंत्रणा व प्रशासन यावरील माझा विश्वास उडून गेला. अर्थशास्त्र, व्यवस्थापनाचे सिद्धांत, राज्यशास्त्र या विषयांचं कॉलेजमध्ये मिळालेलं शिक्षण निरर्थक, पोकळ अन् चुकीचं वाटू लागलं. त्यात प्रशासनातर्फे चालणारी लुबाडणूक, भ्रष्टाचार, दडपशाही आणि त्यांचे भयानक परिणाम याबद्दल आम्हाला कुणीच शिकवलं नव्हतं. भारत अविकसित राहण्यामागं 'लोकसंख्येची अनियंत्रित वाढ' हेच एक महत्त्वाचं कारण पुढं करण्यात येत असे. त्या तसल्या सिद्धांतांमध्ये आणि शिकवणुकीमध्ये वास्तवात आता काहीच तथ्य दिसत नव्हतं.

अशा रीतीनं माझ्या पुनर्शिक्षणाला सुरुवात झाली आणि माझ्या जीवनाला नवी दिशा मिळाली. ह्या आणि त्यानंतर आलेल्या अनुभवांनी मला एक गोष्ट कळून चुकली की, आपल्या देशाच्या अन् नागरिकांच्या भयाण परिस्थितीमागील महत्त्वाचं कारण आहे, हे लबाड राजकारण आणि भ्रष्ट प्रशासनव्यवस्था. या प्रशासकीय व्यवस्थेचा एक भाग बनून देश उभारणीला हातभार लावायचा, असं भाबडं स्वप्न मी एके काळी पाहिलं होतं; पण आता ती इच्छा मुळीच उरली नाही. त्या स्त्रीचं कुत्सित हास्य, चीड आणि तिच्या डोळ्यांतील तिरस्कार, तिचा सहजसुलभ प्रामाणिक पवित्रा ह्या सर्वांचा अर्थ मला एकाएकी उमगला.

त्यानंतर काही दिवसांनी परीक्षेचा निकाल लागून मी उत्तीर्ण झाले आणि समाजसेवेसंदर्भातील एक अभ्यासक्रमात नाव नोंदवलं. या अभ्यासक्रमाचा एक भाग म्हणून प्रत्यक्ष कामाचं प्रशिक्षण घेण्यासाठी मला मध्यवर्ती कारागृहामध्ये पाठवण्यात आलं. योगायोग म्हणजे, 'त्या' *पाकीटमार* स्त्रीला त्याच तुरुंगात डांबलेलं होतं. माझं पाकीट चोरणं आणि इतर काही किरकोळ गुन्ह्यांसाठी तिला तीन वर्षे सक्तमजुरीची शिक्षा झाली होती. तिला सराईत गुन्हेगार ठरवण्यात आलं

होतं. पोलीस ठाण्यात कैद असताना झालेले अत्याचार, त्यानंतर चाललेला खटला आणि त्यानंतरची कैद या सर्व प्रवासात तिचं लहान मूल मेलं होतं. तिच्या मोठ्या मुलाची अन् तिची ताटातूट करून त्याला एका 'रिमांड होम'मध्ये ठेवण्यात आलं. मध्यवर्ती कारागृहामधील माझ्या कामाच्या काळात ती स्त्री माझ्याकडे उघड-उघड द्वेषानं पाही. सहा महिन्यांच्या संपूर्ण सत्रात मी त्या तुरुंगाला वेळोवेळी भेटी दिल्या, परंतु तिच्याजवळ जाण्याचं धाडस माझ्याच्यानं कधीच झालं नाही.

लवकरच माझा समाजसेवेचा अभ्यासक्रम पार पडला. प्रत्येक मध्यमवर्गीय कुटुंबाप्रमाणे माझ्याही घरच्यांची अशी इच्छा होती की, मी प्रशासकीय सेवेची (ICSची) परीक्षा देऊन सरकारी नोकरी करावी. पण एव्हाना मला या प्रस्तावाचा विचारही नकोसा वाटू लागला होता. त्याऐवजी मी 'मानवाधिकार चळवळी'त सक्रिय सहभाग घेत, प्रशासन आणि त्याच्या लबाड अन् दडपशाही धोरणांना विरोध करण्यात माझ्या आयुष्याची पुढील वर्षे घालवू लागले.

त्या गोष्टीला आज दोन दशके उलटून गेलीत, पण अजूनही मला त्या डोळ्यांचा विसर पडलेला नाही. आज मला त्या स्त्रीला हुडकून काढावंसं वाटतं आणि तिला सांगावंसं वाटतं की, ही शोषक यंत्रणा कशी आहे ते ओळखायला अन् तिला आव्हान द्यायला मी शिकलेय आणि मला हे शिक्षण देणाऱ्यांमध्ये तूही एक आहेस. 'तेव्हा'पासून मी सर्व शक्तीनिशी लढते आहे. कदाचित हे सांगितल्यावर मी तिच्या नजरेला नजर देऊ शकेन.

बेघर : रेवलीची कथा

तुरुंगातील जीवन साचेबंद असतं. दैनंदिन कामं न चुकता सुरू असतात– घड्याळाच्या तालावर आणि भल्यामोठ्या घंटेच्या टोल्याबरहुकूम! सकाळी सहा वाजता राक्षसी लोखंडी दरवाजे उघडले जातात आणि सत्तर कैदी स्त्रिया काचकिरड्या कोंडवाड्यावजा बराकीमधून बाहेर पडून, उंचच उंच भिंतींनी वेढलेल्या एका छोट्या बागेत येतात. काळोख्या, गजबजलेल्या बराकीत बारा तास अवघडून कोंबून बसल्यानंतर तटबंदीनं वेढलेली ही एवढीशी जागादेखील दिलासा देते. पण हा उत्साहदेखील अल्पजीवी ठरणारा असतो. कारण यानंतर घंटा घणघणली की दैनंदिन कामं अखंडपणे सुरू होणार असतात. तुरुंगाच्या नियमावलीत स्पष्ट लिहिलंय– *'रोजच्या प्रत्येक कामाच्या सुरुवातीस आणि अखेरीस घंटा वाजेल.'* त्यामुळे घंटेच्या आवाजाबरहुकूम जीवन सुरू राहते.

पुरती जाग येण्याआधीच मोठ्यानं 'ढण्' आवाज होतो आणि सर्व जण दचकतात. गटनायक म्हणून बढती मिळालेले ज्येष्ठ गुन्हेगार सर्व कैद्यांना अंथरूण-पांघरूण झटकून, नीट घडी घालून ठेवण्याची सूचना करतात. रात्री नीट झोप लागत नाही, त्यामुळे कैदी अर्धवट झोपेत असतात. तशातच त्यांना भजनं म्हणण्याची सुरुवात करायला लागते. ही भजनं सरनिरीक्षकांनी संमत केली असतात आणि ती मोजून दहा मिनिटं म्हणावी लागतात. त्यानंतर लगेच संचलन सुरू होतं. हजेरी देण्यासाठी सर्व कैद्यांना बराकीमधून रांगेनं बाहेर पडावं लागतं. त्यानंतर त्या सर्वांना शौचालयाकडे हाकलण्यात येतं. त्यानंतर सर्वांना अंघोळीच्या जागेकडे नेण्यात येतं. हे झाल्यावर बेचव *कांजी* वाटली जाते. शिस्तीनं रांगेत बसून ती कांजी मोजून पंधरा मिनिटांत प्यावी लागते. त्यानंतर कैद्यांचे गट करून त्यांना कामाला जुंपण्यात येतं. आठ वाजता स्त्रियांच्या वॉर्डमध्ये चारशे कैद्यांसाठीची भाजी आणि धान्य आणलं जातं. धान्य व भाजी निवडून मग भाजी चिरायची असते. त्यानंतर काही तास सर्वांना कागदी पाकिटं बनविणं, शिवणकाम आणि तत्सम कामात गुंतवून ठेवलं जातं. एक वाजता बेचव जेवण होतं. नंतर विश्रांतीसाठी

पंधरा मिनिटं देण्यात येतात. परंतु या सुट्टीत तुरुंगातील सर्व कर्मचाऱ्यांचे कपडे कैद्यांनी धुवायचे असतात, तेही विनामोबदला. याशिवाय अनेक कामं अशी असतात, जी कधीच संपत नाहीत. उदाहरणार्थ– साबणाच्या समान आकाराच्या वड्या कापणं, रजया आणि पलंगपोसांना रफू करणं, याबरोबरच वॉर्डनचे पाय चेपणं, त्यांचं सौंदर्यप्रसाधन करणं वगैरे अनधिकृत कामं असतातच. अशा शिस्तबद्ध, साचेबंद दिवसाच्या अखेरीस रात्रीच्या जेवणासाठी सर्वांना पुन्हा रांगेत उभं केलं जातं. पंधरा मिनिटे शौचासाठी. त्यानंतर पुन्हा मोजणी आणि बराकीकडे रवानगी करून तिथं रात्रभर डांबणी!

मी तुरुंगात होते, त्या वेळी अशाच प्रकारे घड्याळाच्या एकसुरी ठेक्यावर आणि घंटेच्या कानठळी सुरावटीसोबत तासन् तास निघून जात. ह्या निर्जीव, आखीव-रेखीव दिनक्रमात काहीही बदल नसे. त्यामुळे सर्व जण हमखास वैतागून जात असत. रात्री पुन्हा प्रदीर्घ बारा तासभर कोंडून घेण्याचा धाक! कैदी स्त्रिया उत्सुकतेनं वाट पाहत अशी वेळ म्हणजे, पहाटेच्या वेळी त्यांना कोठडीतून बाहेर काढण्यात येई, ती आणि संध्याकाळी कोठडीत कोंडण्यापूर्वी त्यांना पुन्हा बागेत अर्धा तास सोडत असत, ती! कोठडी बाहेर आल्यानंतर त्यांच्या नजरा आपसूकपणे आकाशाकडे वळत. हे आकाश म्हणजे त्यांचा बाह्य जगाशी संपर्क जोडणारा एकमेव दुवा होता. रात्रीच्या वेळी कोठडीच्या भिंतीतील लहान झरोक्यातून सर्व जणी ताऱ्यांचं दर्शन व्हावं म्हणून खूप धडपडत; पण छताजवळील झरोके त्यांना बाहेरील काहीच दृष्टीस पडू नये एवढ्या उंचीवर होते. विजेचा दिवा रात्रभर सुरू ठेवला जाई. त्यामुळे दिवस व रात्रीतला फरक समजणं मुश्किल होई. उवा, उंदीर आणि डास यांच्या त्रासाने जाम वैतागलेले कैदी ह्या कुशीवरून त्या कुशीवर वळत घंटेचे टोले रात्रभर मोजत बसत. रात्रीच्या शांततेत ते टोले कान आणखीन बधिर करून सोडत. सर्व दिवस एकसारखेच. असं स्थिर, उदास जीवन असंच व्यतीत होतं, महिनोन् महिने, वर्षानुवर्षे – एका क्षणाची उसंत न घेता. गुलामीची घुसमट जीवघेणी असते. पंख लेऊन दूर उडून जावं– हा एकच वेडा विचार तेथील सर्वांच्या मनात सतत असे.

काही काही स्त्रियांना तर ५, १० किंवा १४ वर्षे शिक्षा झाली होती. तरीही ह्या कैदी स्त्रिया वेड्या न होता हे असलं आयुष्य कसं कंठत राहिल्यात, हे मला एक कोडंच पडलं होतं. त्यांची जीवनकहाणी ऐकताना काळजात चर्रर होई. शिक्षा ठोठावल्यानंतर त्या स्त्रियांच्या कुटुंबीयांनी त्यांना वाळीत टाकलेलं होतं. कित्येक जणी एकदाही पॅरोलवर बाहेर गेल्या नव्हत्या. कारण त्या सुरक्षित परत येतील, अशी हमी द्यायला कुणीही पुढं आलं नव्हतं. कित्येक वर्षे अलग राहिल्यामुळे त्यांचा बाह्य जगाशी संपर्क तुटला होता. त्यामुळे तुरुंगाच्या आतील

परिचित जगाइतकीच बाहेरील अपरिचित अशा जगाचीही त्यांना भीती वाटे.

कैद्यांच्या हाल-अपेष्टांत अन् त्रासामध्ये तुरुंगाच्या कठोर नियमांमुळे भर पडे. कोणताही कैदी महिन्यातून दोन पत्रं लिहू शके. तीही कठोरपणे सेन्सॉर होत. महिन्यातून एकदा कैद्याची बाहेरच्या व्यक्तीशी भेट होऊ शके. तीही मधल्या लोखंडी जाळी आडून, पहारेकऱ्याच्या उपस्थितीत आणि फक्त वीस मिनिटांसाठी. ह्या विशेषाधिकारासाठी ही किंमत मोजावी लागे. तुरुंग कर्मचाऱ्यांना जबर लाच दिल्यानंतरच नातेवाइकांना कैद्याला भेटता येई. या कारणानं भेटायला येण्यापासून लोक परावृत्त होत. त्यामुळे बहुतेक कैद्यांना कधीच कुणी भेटायला आलेलं नसे.

पत्रांची छाननी अन् जाळीचा अडथळा यामुळे पत्रलेखन आणि पाहुण्यांची भेट यात कोणताच भावनिक ओलावा उरत नसे. तरीदेखील ह्या दोन प्रसंगांची झाडून सर्व जणी अधीरपणे वाट पाहत.

बहुतेक कैदी स्त्रियांना कधी पत्र आलं नव्हतं, की कधी कुणी भेटायलाही आलं नव्हतं; तरी कुणीच आशा सोडली नव्हती. भेटीच्या दिवशी कुणी भेटायला आल्याची वर्दी देण्यासाठी घंटा वाजवली जाई, त्यासरशी प्रत्येक जण वॉर्डनपाशी पळत जाई. ह्या खेपेस तरी आपल्याला भेटायला कुणी तरी आलं असेल, अशी वेडी आशा त्यांच्या मनात असे. वॉर्डननं नाव पुकारलं नाही की, आशेचा कडेलोट होऊन त्या परत फिरत. पुढील खेपेस घंटा वाजल्यावर त्या पुन्हा धावपळ करत अन् पुन्हा त्याच खिन्न मन:स्थितीत परत येत. बहुतेक कैदी स्त्रियांच्याबाबतीत वर्षानुवर्षे हाच प्रकार घडत होता. पत्रं आली की अशीच प्रतिक्रिया होई. पत्र आलेल्या भाग्यवतीला वॉर्डन तिचं पत्र मोठ्यानं वाचून दाखवी, तेव्हा सर्व जणी भोवतीनं गोळा होत आणि तिच्या पत्रातला मजकूर ऐकून समाधान मानत.

रेवली नावाची एक सावळी, बुटकी, निस्तेज स्त्री होती. तिच्या डोळ्यांखाली मोठी काळी वर्तुळे होती अन् तिच्या हातापायांना सूज होती. रेवली पाच वर्षांपासून मध्यवर्ती कारागृहात होती. यादरम्यान तिला एकही पत्र आलं नव्हतं, की एकही व्यक्ती भेटण्यास आली नव्हती. पण निरक्षर स्त्री कैद्यांना मी पत्रं लिहून देते, हे पाहताच तिनं लाजत-बुजत आपलंही पत्र लिहिण्याची विनंती केली. पाच वर्षांत प्रथमच तिनं आपला नवरा राण्याला पत्र लिहायचं ठरवलं होतं. त्या दिवशी रेवली आनंदानं उजळून गेली होती. यापूर्वी कुणालाच ती इतकी उत्साही दिसली नव्हती. तिची अधीर मन:स्थिती पाहून इतर जणी तिला राण्यावरून चिडवू लागल्या.

तिची बारी येताच मी तिला विचारलं की, नवऱ्याला काय मजकूर लिहायचा? तर, तिच्या तोंडून शब्द फुटेना. आयुष्यात प्रथमच तिच्यावर कुणाला तरी पत्र लिहिण्याची वेळ आली होती. त्यामुळे काय आणि कसं लिहायचं, तिला काहीच सुचेना. तुरुंगातील प्रदीर्घ, वेदनामय पाच वर्षे... भविष्याची भीती, कुटुंबाशी

ताटातूट झाल्याची वेदना, त्यांना भेटण्याची तीव्र इच्छा, आशा-आकांक्षा हे सर्व आणि आणखी बरंच काही एका छोट्या पोस्टकार्डात कोंबायचं होतं. तिच्यासारख्या सामान्य निरक्षर बाईच्या दृष्टीनं हे महाकर्मकठीण काम होतं.

तासामागून तास लोटले, परंतु तिला एक शब्दही सांगता आला नाही. तुरुंगात आल्यानंतर तिला एक मुलगा झाला होता. तो आता साडेचार वर्षांचा झाला होता. तिला ही बातमीदेखील राण्याला सांगता आली नव्हती. तिच्या मुलाला रिमांड होममध्ये लवकरच पाठवण्यात येणार होतं. त्याऐवजी राण्यानं येऊन त्याचा ताबा मिळवावा, अशी तिची इच्छा होती. तिच्या अंतर्मनातील खळबळीमुळे ती मूक झाली होती. रेवली आतल्या आत फुटून गेली, धाय मोकलून रडू लागली. ते पाहून काही वेळातच इतर स्त्रियांनी तिला मदत करण्याचा प्रयत्न सोडून दिला आणि त्या निघून गेल्या. तिचं सांत्वन करणं त्यांना शक्य नव्हतं. त्या दिवशी तिचं पत्र लिहिलं गेलंच नाही.

दुसऱ्या दिवशी ते अधुरं काम पूर्ण करण्यासाठी ती पुन्हा आली. ती काल झोपलेली नाही, हे तिच्या चेहऱ्यावरून स्पष्ट कळत होतं. पण या वेळी ती पूर्ण तयारीनिशी आली होती आणि तिनं भराभर मजकूर सांगायला सुरुवात केली. 'राण्या, मी जंजमेर मध्यवर्ती कारागृहात आहे. इथं मी वनियाला जन्म दिलाय. आता तो मोठा झालाय. आणखी काही महिन्यांनंतर त्याला माझ्यासोबत राहू देणार नाहीत. त्याला रिमांड होममध्ये कायमचा पाठवून देतील. त्यापूर्वी तू ये आणि त्याला घेऊन जा. हे पत्र मिळताच ताबडतोब ये. बिजालाही सोबत घेऊन ये. मी तुझी रोज वाट पाहीन. हा तुरुंग शोधून काढणं अवघड नाहीये. इथं पोचल्यावर कुणाला तरी विचार. हा तुरुंग रेल्वे स्टेशनजवळच आहे. इथं पोचल्यावर जेलरची गाठ घे आणि त्याला मला बोलवायला सांग. घाबरू नकोस, तुला कोणी काही करणार नाही. रविवारी किंवा सुट्टीच्या दिवशी येऊ नकोस, कारण सुट्टीच्या दिवशी कुणाला भेटू देत नाहीत. येताना चार-पाचशे रुपये घेऊन ये, तरच मला भेटता येईल. लवकर ये. मी तुझी दररोज वाट पाहीन. –रेवली'

मी पत्र लिहून संपवल्यावर रेवलीनं मला पत्ता सांगितला, "राण्या लश्करिया, प्लॅटफॉर्म नं. चार, धर्मापुरी रेल्वे स्टेशन." मी चकित होऊन विचारलं, "असला कसला पत्ता? राण्या रेल्वे प्लॅटफॉर्मवर राहतो?" ती उत्तरली, "हो. दिवसभर काम केल्यानंतर आम्ही रेल्वे प्लॅटफॉर्मवरच झोपायचो." आता मला चिंता वाटू लागली आणि मी विचारलं, "दुसरा कुठला पत्ता सांगू शकशील? म्हणजे, हे पत्र त्या पत्त्यावर पाठवता येईल. राण्यानं आता जागा बदलली असली तर? किंवा त्याला कुणी तिथून हाकलून लावलं असलं तर? तू हे पत्र तुझ्या घरच्या पत्त्यावर किंवा तुमच्या गावातील कुणा ओळखीच्यांच्या पत्त्यावर पाठव. 'धर्मापुरी रेल्वे

स्टेशन' इतकाच पत्ता पुरणार नाही. हे पत्र तिथं पोचेल, असं वाटत नाही.''

माझं बोलणं ऐकून रेवलीला मोठा धक्का बसला. तिचा चेहरा पांढराफटक पडला. डोळ्यांत अश्रू जमा झाले. अस्फुट आवाजात ती म्हणाली, ''मला घर नाही, गाव नाही.'' मी चक्रावले. ''असं कसं शक्य आहे? एक तरी जागा असेल किंवा नातेवाईक किंवा घर असेल; की तिथला पत्ता लिहिल्यावर पत्र तिथं निश्चित पोचेल. ह्या असल्या पत्त्यावर पत्र पाठवता येत नाही.'' यावर रेवलीनं आपल्या आयुष्याची कथा माझ्यापुढे उलगडली. तिच्या आवाजातील वेदना स्पष्टपणे जाणवत होती.

''...एके काळी माझंही एक गाव होतं. सुखियाम्ली नावाचं माझं गाव रेवती नदीच्या किनाऱ्यावर वसलेलं होतं आणि त्याच्या सभोवतीनं डोंगर, दऱ्या आणि जंगल होतं. रेवतीच्या वाहत्या पाण्याची खळखळ म्हणजे आमच्यासाठी संगीत होतं. तिचं निळंशार पाणी, पांढरी शुभ्र वाळू आणि काळे कुळकुळीत खडक यामुळे तिच्या सौंदर्यात भर पडे. आम्ही तिला रेवतीमाता म्हणायचो. आम्ही लोक तिच्यात तासन्तास पोहायचो आणि तिच्या पात्रातील मासे खाण्यासाठी व विकण्यासाठी पकडायचो. रेवतीच्या पात्रातील वाळू अन् माती वापरून आम्ही आमची घरं बांधली. कौलं, मडकी, साठवणुकीसाठी डेरे आणि कित्येक गोष्टी त्यापासून तयार केल्या. सभोवतालचं जंगल म्हणजे आमच्या समाजाला एक वरदानच होतं. जंगलात हर प्रकारच्या भाज्या, फळं, रंग, डिंक, लाख, तेंदूची पानं, मध वगैरे अगदी भरपूर आणि फुकट मिळे. आजारी पडलो तर आम्ही जंगलातील वनस्पतींची औषधं वापरत असू. जंगलचा मेवा विकून आम्हाला चांगली मिळकत होई. जंगलातील झाडाझुडपांचं लाकूड वापरून आम्ही घरं, नांगराचे फाळ, बोटी, ढोल, बासऱ्या, चटया, पलंग, दोर, टोपल्या, मासे पकडण्याचे सापळे आणि यांसारख्या कित्येक गोष्टी तयार करायचो. दर मोसमात आम्ही मोहाच्या फुलांपासून दारू गाळायचो आणि त्याच्या बिया भरडून तेल काढायचो.

''रेवतीची किनारपट्टी अतिशय सुपीक होती. तिथं मका, हरभरा, एरंडेल तेलाच्या बिया, तूरडाळ, मोहरी, तीळ, मिरची, भुईमूग, कापूस, गहू, तंबाखू अशी तृणधान्यं पिकत. ती धान्यं साठवली तर वीस-वीस वर्षे त्यांना काहीही होत नसे. तिथं कलिंगडं आणि भाज्याही भरपूर व्हायच्या. आमच्या डोंगरदऱ्यांमध्ये मोठमोठी कुरणं होती. त्यामुळे आम्ही दुभत्या जनावरांचे आणि शेळ्यांचे मोठमोठे कळप पाळले होते. त्यांच्यापासून पुष्कळ दूध आणि तूप मिळे. ते आम्ही जवळच्या बाजारात विकायचो. शेळ्या म्हणजे आमची सुरक्षित ठेव होती. त्यांचा मटणासाठी तर उपयोग व्हायचाच, पण अचानक गरज लागली तर त्या विकून पैसे उभे करता येत. आम्हाला हवं ते सर्व सुखियाम्लीत मिळे. आम्हाला बाहेरून जास्त काही विकत घ्यावं लागत नसे.

"गजबजाटापासून दूर असलेलं असं आमचं गाव..." तिच्या डोळ्यांत एकदम चमक आली, "म्हणजे आमच्यासाठी स्वर्ग होता. अर्थात, आम्हाला आमच्या जमिनीत खूप राबावं लागे. जंगलचा मेवा गोळा करणं, गुरांची देखभाल करणं, घर बांधणं... औजारं, कौलं, मडकी-भांडी आणि जे काही लागेल ते स्वतःच बनवायला लागे. पण आम्ही आनंदात, मजेत राहायचो. सणासुदीच्या वेळी आणि लग्नसराईत दिवसभर कष्ट केल्यानंतर आम्ही एकत्र येऊन रात्री उशिरापर्यंत नाचायचो. नदीकाठी चांदण्यांत ढोल-बासरीचं संगीत ऐकणं, घरी बनविलेली दारू पिणं यात आम्हाला आनंद मिळे. सारी देवाची कृपा!" ती म्हणाली.

"मी सुखियाम्लीजवळच्या एका खेड्यात वाढले. माझं लग्न राण्याशी झालं. त्याची आणि त्याच्या भावाची सुखियाम्लीत स्वतःची जमीन होती. शेतीखेरीजचं जंगलातून मिळणारं उत्पन्न, मासे, तूप, शेळ्या यांची विक्री यातून मिळकतीत आणखी भर पडत होती. अगदी दुष्काळाच्या वर्षातही पीक आलं नाही तरी काही कमी पडायचं नाही. गावातील कुणालाही कामाच्या शोधात गाव सोडून जायला लागत नसे. माझ्या आई-वडिलांना दुसरं मूल नव्हतं. त्यामुळे माझ्या लग्नानंतर काही वर्षांनी त्यांनी आपली जमीन विकून टाकली आणि ते आमच्याकडे राहायला आले. ही व्यवस्था चांगली झाली. कारण एव्हाना बिजाचा जन्म झाला होता. त्यामुळे त्याला सांभाळायला मला आईची मदत होई.

"अशा प्रकारे कित्येक दिवस सरले. सुखियाम्लीचे लोक शांततेनं नांदत होते. पण आम्हालाही काही अडचणी होत्या. आमच्या गावात शाळा, दवाखाना आणि रस्तेही नव्हते. आमची मुलं आमच्यासारखी निरक्षर राहू नयेत, अशी आमची इच्छा होती. त्यामुळे आम्हाला मुलांची चिंता वाटे. कधी कोणी जास्त आजारी पडलं किंवा कधी कोणाला साप चावला, तर त्याला कापडाच्या झोळीत झोपवून चार धडधाकट माणसं ती झोळी वाहून नेत. तासतासभर चालून त्याला दवाखान्यात भरती करावं लागे. बऱ्याचदा वाटेतच तो रुग्ण मरून जाई. कुणी बाई बाळंत होताना अडली, तर तिचा सत्यानाश होई. मात्र काही वेळेला रस्ते नाहीत, हे वरदान वाटे; कारण त्यामुळेच बाहेरील ठेकेदारांना इथं येऊन जंगल कापता येत नसे. तसेच सरकारी लोक आमच्याकडून लाच उकळायला किंवा आम्हाला धाकदपटशा दाखवायला वरचेवर येऊ शकत नसत.

"आमच्या गावात वीज नव्हती. त्यामुळे दररोज कित्येक तास जात्यावर धान्य दळावं लागे. त्याच्यासाठी बायकांना पहाटे पाच वाजता उठावं लागे. कारण दळणानंतर पुरुषांबरोबर शेतात आणि जंगलात कामाला जायचं असे. आमच्या गावातील मुलांनाही खूप कष्ट करावे लागत. ते गुरं चरायला घेऊन जात आणि त्यांना रेवती नदीत पाणी पाजून, त्यांना धुऊन घरी परत सुरक्षित आणत.

परतीच्या वाटेवर त्यांना जळणही गोळा करावं लागे. आम्ही नदीजवळच राहत असलो तरी आम्हाला पाणी आणण्यासाठी दिवसातून अनेकदा डोंगर चढायला-उतरायला लागे. जीवन खडतर होतं, पण आमच्या सर्व गरजा भागत होत्या.''

रात्री उशिरापर्यंत रेवली आपल्या गावाबद्दल आणि तिथल्या लोकांबद्दल बोलत होती. कष्ट करावे लागले तरी सारं सुरळीत चालू होतं, असं ती म्हणाली; परंतु एका अनपेक्षित घटनेमुळे त्यांच्या जीवनात उलथापालथ झाली. कापत्या आवाजात ती पुढे सांगू लागली, ''जवळच्या बाजाराच्या शहरात पसरलेल्या एका अफवेनं आमची झोप उडाली. गावापासून काही अंतरावरील एका शहराला पाणीपुरवठा करण्यासाठी आमच्या नदीवर मोठं धरण बांधणार असल्याची ती बातमी होती. त्या धरणामुळे आमची गावं बुडणार होती म्हणे. पहिल्या-पहिल्यांदा लोकांनी या अफवेकडे लक्ष दिलं नाही; कारण रेवतीमातेचा प्रवाह अडवता येईल आणि पाहिजे तसा वळवता येईल, असं कुणालाच वाटलं नव्हतं. नदीला कसं काबूत आणता येतं, तिची दिशा कशी बदलता येते; ही गोष्टच आम्हाला समजतही नव्हती आणि आमचं मन ती कबूलही करत नव्हतं. नदीवर धरण बांधलेलं यापूर्वी कुणीच पाहिलं नव्हतं.

''पण लवकरच मोठमोठी यंत्रं येऊ लागली. त्याचबरोबर जवळच्या तालुक्याच्या ठिकाणचे बांधकाम कामगार आणि अधिकाऱ्यांची गर्दी झाली. काहीही पूर्वसूचना न देता अचानक सुरुंग लावण्याचं आणि धरण बांधण्याचं काम सुरू झालं. आमच्या गावापर्यंत रस्ते तयार केले गेले आणि प्रचंड जंगलतोड झाली. हजारो जुने वृक्ष कापले गेले आणि ट्रकमधून त्यांचं लाकूड वाहून नेण्यात आलं. त्यामुळे आमच्या अन्नदात्या डोंगरदऱ्या चुटकीसरशी उजाड झाल्या. तिथली जंगली जनावरं कुठं गेली, कोण जाणे! पळून गेली की मेली, हेही सांगता येणार नाही. आमचं जंगल नष्ट होताना पाहून आम्ही दुःखी झालो, पण ती नासधूस रोखण्यासाठी आम्ही काहीच करू शकलो नाही. आम्ही असहाय होतो. दरम्यानच्या काळात तहसीलदारानं जाहीर केलं की, सुखियाम्लीसह पंचवीस खेडी येत्या पावसाळ्यात पाण्याखाली जातील. आमच्या घरांसाठी आणि जमिनींसाठी गडबडीनं अपुरी नुकसानभरपाई देऊन आम्हाला गाव सोडून निघून जाण्यास सांगण्यात आलं.

''परंतु आमचं याहून आणखी बरंच नुकसान झालं होतं. जंगल, औषधी वनस्पती, नदी, कुरणं, डोंगरदऱ्या, आमची पवित्र स्थळं... मनातील सल, गोंधळ या कशाचीच नुकसानभरपाई मिळाली नाही. आम्ही काय काय गमावलं, हे मी कसं आणि कोणत्या शब्दांत सांगू? इतरांना ते समजूच शकणार नाही. ज्यांनी भोगलंय, त्यांनाच ते समजेल. मूठभर पैसे फेकून 'ही पूर्वजांची जमीन सोडून द्या आणि वाट्टेल तिथं जा', असं फर्मान काढलं गेलं!

''सर्वांना धक्का बसला. कारण आम्ही जाणार कुठं? अनपेक्षितपणे कोसळलेल्या या संकटाला तोंड द्यायला आमच्या मनाची तयारी झाली नव्हती. ह्या दुर्दैवाचा स्वीकार करणं कुणालाच जमेना. आम्ही बधिर झालो. आम्हाला धडपणे विचारही करता येईना. हा तडाखा इतका मोठा होता की, लोक नशिबाला शरण जाण्याखेरीज दुसरं काही करूच शकले नाहीत. कित्येकांनी या इशाऱ्याकडे दुर्लक्ष केलं. त्यांच्या मते, रेवतीमातेचं पाणी कुणालाच अडवता येणार नव्हतं. तिच्या अतींद्रिय शक्तींमुळे धरण फुटून गेलं असतं. परंतु, असं काहीच झालं नाही. रेवतीच्या पाण्याची पातळी वाढली तशी सुखियाम्लीसह एकूण तीस खेडी बुडाली. तहसीलदारानं सांगितलेल्यापेक्षा पाच खेडी जास्तच बुडाली.

''एके रात्री आमची नदी पाण्यानं फुगली. पाऊस कोसळत होता. पाणी वेगानं वर चढू लागलं. आतापर्यंत आमच्यासाठी वरदान ठरलेल्या आमच्या नदीनं लवकरच विनाशाचं रूप घेतलं. पाण्यानं दयामाया न दाखवता घर, खेडी गिळायला सुरुवात केली. आमच्या दुर्दैवी खेड्यातील सर्व आदिवासी शक्य होईल तितकं किडुकमिडुक गोळा करून जीव वाचवायला पळत सुटले. माणसांबरोबरच साप, किडे आणि इतर जनावरंही कोरड्या जागी जाण्यास धडपडू लागली. रात्र भयानक होती. किर्र काळोख होता. मधूनच वीज चमके, त्याच वेळी सभोवतालचं दिसायचं. त्या प्रवाहात आमची लाकूड-मातीची घरं एखाद्या पत्त्याच्या बंगल्याप्रमाणे कोसळली. त्यांच्याबरोबरच आमची भांडीकुंडी, शेतीची अवजारं आणि साठवलेलं धान्यही गेलं. शेकडो पाळीव गुरंढोरं पाण्यात अडकली अन् मेली. आमच्या डोळ्यांदेखत आमच्या सहा शेळ्या बुडून मेल्या. आम्ही गाई-बैलांना ओढून न्यायचा प्रयत्न केला, परंतु ते हटून बसले. घाबरून आखडल्यासारखे झाले. त्या रात्री कुत्र्यांनी वेड्यासारखं भुंकून आकांत मांडला. फार भयानक अनुभव होता तो! कसं तरी करून आम्ही आमची काही गुरं वाचवली. पण नंतर ती विकावी तरी लागली किंवा फुकट द्यावी लागली. आम्हाला स्वत:लाच कुठं जायला जागा नव्हती, तर त्यांना कुं घेऊन जाणार? मी पोटच्या पोराप्रमाणे त्यांना वाढवलं होतं.

''शेकडो लोकांनी एका रात्रीत पलायन केल्यामुळे एकच गोंधळ उडाला. ह्या गोंधळातच काहींना वेड लागलं, काही आजारी पडले, तर काही म्हातारी माणसं धक्का बसून मरण पावली. जवळपास प्रत्येक कुटुंबातील एक तरी माणूस बुडून किंवा साप चावून दगावला. ही मुळं उखडलेली, बेघर झालेली कुटुंबं काही दिवस धरणातील जलाशयाच्या किनारी किंवा जवळच्या मोठ्या गावात उघड्यावर राहिली. काही जणांनी नातेवाइकांच्या घरी तात्पुरता आश्रय घेतला. पण काम आणि अन्न नसल्यामुळे, त्याचबरोबर साथीचा रोग पसरल्यामुळे लवकरच आम्हा सर्वांना मोठ्या गावाची किंवा शहराची वाट धरणं भाग पडलं. आपलं नशीब

अजमावण्यासाठी आणि स्वत:ची हक्काची जागा मिळवण्यासाठी सर्व जण बाहेर पडले. एकेक करून विखरून गेले. कुठं गेले ते, देव जाणे! आमच्या गाववाल्यांशी आमचा संपर्क तुटत गेला. कोण कुठं जातोय, हे ठाऊक नसल्यानं कुटुंबांची ताटातूट झाली. काही जण कामाच्या शोधात दूरवरच्या शहराकडे चालू लागले. नुकसानभरपाईपोटी मिळालेले चाळीस हजार रुपये आणि आमच्याकडे काही चांदीची भांडी होती; ती घेऊन राण्या, तिल्या, बिजा, माझे आई-वडील आणि मी धर्मापुरीत पोचलो.

"काही दिवस आम्ही धर्मापुरीत उघड्यावर राहिलो. परंतु त्या वर्षी पाऊस जास्त होता, त्यामुळे आम्हाला आडोसा शोधावा लागला. माझ्या आई-वडिलांना आणि मुलाला पाऊस बाधला असता. माझी आई तर कायम तापात बरळत असायची. पाण्यानं आमचं घर गिळून टाकल्यापासूनच तिची अवस्था तशी झाली होती. परंतु आम्हाला भविष्यासाठी पैसे वाचवणं भाग होतं. त्यामुळे आम्ही एखादी स्वस्तातली जागा शोधू लागलो. आम्हाला परवडेल अशी जागा एका झोपडपट्टीत एका भल्यामोठ्या गटाराशेजारी होती. आम्ही एक खोली बघितली. गळक्या छपराची अतिशय बेकार जागा होती ती, तरीदेखील तिथं भाडं जास्तच होतं. दैवानं आम्हाला रेवती नदीच्या किनाऱ्यावरून उखडून ह्या घाणेरड्या, गलिच्छ गटाराजवळ जगायला आणून सोडलं होतं. माझ्या आई-वडिलांना ह्या एकदम घडलेल्या बदलाचा धक्का पचवता आला नाही. एका वर्षभरात एकापाठोपाठ दोघंही मरण पावले. एका दृष्टीनं बरंच झालं, कारण त्यानंतर आलेली ही वाईट वेळ तरी त्यांना बघावी लागली नाही.

"आम्ही परिस्थितीशी मिळतं-जुळतं घेण्याचा प्रयत्न करत होतो, पण आम्ही सर्वच जण वरचेवर आजारी पडू लागलो. खायला मुबलक अन्न, स्वच्छ हवा अशा वातावरणातून एकदम गटाराजवळची जागा... पिण्याचं पाणीदेखील स्वच्छ नाही, असा अचानक झालेला बदल आपला हिसका दाखवू लागला. पहिल्या वर्षातच माझ्या आई-वडिलांच्या विधीसाठी आणि आमच्या औषधांसाठी पंधरा हजार रुपये खर्च झाले. आमच्याकडील पैसा भराभर संपत चालला होता.

"आम्ही धर्मापुरीत आल्यापासून राण्या आणि तिल्या काम शोधत होते, पण तिथं काम मिळणं खूपच कठीण होतं. त्यांना फक्त शेती करता यायची आणि या कौशल्याचा शहरात काडीचा उपयोग नव्हता. आम्हाला शहरात राहण्याचा किंवा काम करण्याचा काहीच अनुभव नव्हता. शेवटी त्यांना फक्त बांधकामाच्या ठिकाणचं काम तेवढं मिळण्यासारखं राहिलं.

"राण्या आणि तिल्या तिथं पाठ मोडेपर्यंत काम करू लागले. त्यांना दिवसभर जड विटा आणि सिमेंटची गोणी वाहून न्यावी लागत. एवढं करून

मजुरी अगदी किरकोळ होती. त्यांना दररोज बाजारात जाऊन नशिबाची परीक्षा बघायला लागायची. नशीब जोरावर असेल, तर त्यांना काम मिळे; पण कित्येकदा त्यांना नुसतीच वाट बघत बसावं लागे. धर्मापुरीत कामाची वानवा होती; कामगारांची नव्हती. कमी काम आणि तुटपुंजा मोबदला यामुळे रोजचा खर्च, भाडं आणि औषधं यासाठी आम्हाला आमचा सर्व पैसा आणि चांदीची भांडी वापरावी लागली.

"सुरुवातीला मी घर आणि मुलाला सांभाळायला घरीच थांबे. बाहेर काम करत नसे. पण लवकरच मलाही त्यांच्या बरोबरीनं काम करणं भाग पडलं, कारण आम्हाला पैशाची फार गरज होती. बिजाला आमच्या कामाच्या ठिकाणी घेऊन जावं लागे, कारण आता घरात त्याला सांभाळायला कुणी नव्हतं. सारा दिवसभर तो भर उन्हात माती, वाळू आणि दगड यांच्यात खेळत बसे. आम्ही कामात गुंग असल्यामुळे आमचं त्याच्याकडे लक्ष नसे. आम्ही सुखियाम्लीहून निघून आल्यापासून त्याची तब्येत खालावतच चालली होती; परंतु आता बांधकामाच्या ठिकाणच्या वाईट वातावरणामुळे ती आणखीच बिघडली.

"संकटं कधी एकेकटी येत नाहीत, असं म्हणतात. नियमित काम मिळत नसल्यानं एका खोलीचं घरदेखील आम्हाला परवडेना. भाड्याचे पैसे तरी वाचतील, असा विचार करून आम्ही ते घर सोडलं. अशा प्रकारे आम्ही धर्मापुरी रेल्वे स्टेशनच्या चार नंबर प्लॅटफॉर्मवर राहायला आलो. दिवसभर काम केल्यानंतर आम्ही तेथील अंधाऱ्या कोपऱ्यात रात्र घालवायचो. तिथं स्वयंपाक करणं शक्य नव्हतं. त्यामुळे आम्ही रस्त्यावरील ढाब्यावर जेवायचो. आमच्या आयुष्यानं असं काही वळण घेतलं की, आमची स्वत:ची म्हणावी अशी जागाच राहिली नाही.

"आणि अशा वेळी बिजा आजारी पडला. त्याचं वजन कमी होऊ लागलं. त्याच्या अंगात ताप-कणकण मुरली होती आणि तो रात्रंदिवस खोकत बसे. आता तो इतर मुलांबरोबर खेळत नसे. एका जागी गप्प बसून वा पडून राही. त्याची नजर तेवढी आम्ही जाऊ तिथं आमच्या मागोमाग फिरे. स्थानिक डॉक्टरांच्या औषधानं त्याला आराम पडेना. शेवटी आम्ही त्याला चांगल्या दवाखान्यात नेलं. तिथं त्यांनी सांगितलं की, त्याला क्षयरोगाची लागण झालीय. तिथल्या डॉक्टरांनी सांगितलं की, त्याला ताबडतोब दवाखान्यात ठेवलं नाही, तर तो मरून जाईल. आमच्यावर जणू वीज कोसळली. आम्ही ताबडतोब त्याला दवाखान्यात दाखल केलं. त्याच्यावर उपचार सुरू झाले. आता राण्या आणि तिल्याची बहुतेक कमाई बिजाच्या दवाखान्यासाठी खर्च होऊ लागली, तरीही औषधाला पैसे कमी पडत. खर्च भागवण्यासाठी आम्ही ठेकेदाराकडून पैसे उसने घेतले. बिजाला जरासं बरं वाटू लागल्यावर डॉक्टरांचा सल्ला न जुमानता त्याला दवाखान्यातून घेऊन आलो आणि पुन्हा रेल्वे प्लॅटफॉर्म व बांधकामाच्या ठिकाणी नेऊ लागलो.

“आमच्या जीवनाची इतकी परवड झाली होती की, मला जगण्याची इच्छाच उरली नव्हती. माझं कुटुंब नसतं, तर मी धावत्या रेल्वेगाडीखाली जीव दिला असता. प्रत्येकालाच खूप सहन करावं लागत होतं; मग कोण कुणाचं सांत्वन करणार? दरम्यान, बिजाचा आजार उलटला; पण त्याच्यावर उपचार करण्यासाठी आमच्याकडे पैसा उरला नव्हता. आमच्या कंत्राटदाराकडून मागं घेतलेलं कर्ज अजूनही आम्ही फेडलं नव्हतं. आम्ही सर्व बाजूंनी कोंडीत सापडलो होतो आणि नशिबाला दोष देत बसलो होतो. आता काय करावं, हे आम्हाला सुचत नव्हतं. अशा वेळी एका रात्री एक माणूस आमच्याकडे आला. पहिल्यांदा आम्ही घाबरलोच. आम्हाला वाटलं, तो आम्हाला प्लॅटफॉर्मवरून हाकलून द्यायला आलाय. पण लवकरच त्याचं म्हणणं आमच्या लक्षात आलं. तो मला काम देऊ इच्छित होता. तो म्हणाला की, मी त्याचा काही माल भादरला पोचवला, तर तो मला प्रत्येक फेरीचे शंभर रुपये देईल. काम सोपं वाटत होतं आणि पैसा चांगला मिळणार होता. आमचं नशीब पालटतंय, असं आम्हाला वाटलं. हा माणूस आपला पेचप्रश्न सोडवायला मदत करील, असं वाटलं.

“या कामातून आठवड्याला सातशे रुपये कमावणं शक्य होतं. त्यामुळे आमचे प्रश्न सुटले असते. मुख्य म्हणजे, आमच्या मुलावर उपचार करता आले असते. दुसऱ्याच दिवशी मी त्या माणसाला भेटायला गेले. मला लवकरात लवकर काम सुरू करायचं होतं. त्यानं मला काही पैसे दिले आणि एक पोटली दिली. ती पोटली भादरमधील एका पत्त्यावर पोचती करायची होती. त्यानं मला अशीही सूचना केली की, ती पोटली पोटाला बांधून मी गरोदर असण्याचा बहाणा करावा; जेणेकरून ती पोटली कुणाला सापडणार नाही. मला हे जरा विचित्र वाटलं. पोटलीत काय आहे, असं विचारल्यावर त्यानं सांगितलं की त्यात *चरस* आहे. तू तो सांभाळून ने, कारण *चरस* खूप महाग असतो.

“त्यानं *‘चरस’* हा शब्द उच्चारल्यावर मी चमकले. त्या माणसानं सांगण्याचा प्रयत्न केला की, हा धंदा पोलिसांच्या संगनमतानंच चालला आहे आणि त्यामुळे पकडलं जाण्याची मुळीच शक्यता नाही. त्यातूनही मी चुकून पकडले गेले, तर तो मला सोडवेल, अशी त्यानं ग्वाही दिली. पण त्याच्या कुठल्याच बोलण्यानं माझं समाधान झालं नाही. पोलिसांचं नाव एकताच मी भीतीनं थरथर कापू लागले आणि तिथून पळून आले. रेल्वे प्लॅटफॉर्मवर पोहोचून राण्याला सर्व हकिगत सांगितल्यावरच मी थोडी शांत झाले. आम्ही दोघांनी निर्णय घेतला की, काही झालं तरी असलं धोक्याचं काम करायचं नाही. पण आम्हाला हेही कळून चुकलं होतं की, आता आमच्या नशिबातील भोगापासून आमची सुटका नाही. त्यामुळे आम्ही उदास झालो. आमच्या मुलावर चांगले उपचार करता येणार नाहीत याचं

दुःख अधिक होतं.

"अशा प्रकारे आणखी दोन महिने लोटले. परिस्थिती आणखी बिकट होत चालली होती. बिजा खोकताना आता त्याच्या तोंडातून रक्त पडू लागलं. मी दुःखानं पिचून गेले. पण या वेळी मात्र मी हार मानणार नव्हते. मी सारं गमावून बसले होते– माझं गाव, माझं घर, माझी जमीन, माझी गुरं आणि माझे आई-वडील– पण मी माझा मुलगा गमावू देणार नव्हते. शक्य होईल ते सगळं करण्याचा निश्चय मी केला– अगदी बेकायदा काम असलं तरी! राण्यानं मला विरोध केला, पण मी त्याला जुमानलं नाही. आता मला कुणीच थोपवू शकणार नव्हतं– तुरुंगाची भीतीदेखील. मी भादरला खेपा करण्याचा निश्चय केला. अशा रीतीनं मी पूर्वी आमच्याकडे आलेल्या त्या माणसाकडे गेले आणि त्याच्यासाठी काम करण्याची इच्छा व्यक्त केली; परंतु दोन हजार रुपये आगाऊ दिले, तरच. मी हे सांगितल्यावर मोठ्यानं हसून तो म्हणाला की, तू पैसे परत करणार नाहीस ह्याची मला खात्री आहे. पण अखेरीस तो काही पैसे आगाऊ देण्यास तयार झाला. त्या पैशांनी बिजावर उपचार सुरू झाले आणि माझ्या भादरच्या खेपादेखील.

"दिवस जातील तशी मी त्या कामात तरबेज झाले. ह्या कामामुळे आमची परिस्थिती सुधारली. हळूहळू बिजाची तब्येतही सुधारली. मी असहाय, गरोदर बाईचा बहाणा करून भादरला जाणाऱ्या आगगाडीत भीक मागायची अन् त्या फेरीत माल पोचवायची. बिजाला बरं वाटल्यानंतर बऱ्याचदा मी त्यालाही सोबत न्यायची. त्या वेळी आम्हाला भीक मागताना चांगला पैसा मिळायचा, कारण आम्ही दोघे गरीब, असहाय दिसत असू. त्यामुळे लोकांना आमची कीव येई. अशा प्रकारे माझी कमाईदेखील वाढली आणि 'संशय येईल का?' ही धास्तीही मिटली. ठेकेदाराकडून घेतलेलं कर्जही आम्ही फेडून टाकलं. आता आपण पुन्हा झोपडपट्टीतील खोली भाड्यानं घेता येईल, त्यामुळे पुन्हा एकदा आपली स्वतःची जागा असेल, असं आम्हाला वाटू लागलं.

"अशा प्रकारे आमचं जीवन सुरू होतं. पण एके दिवशी दोघा पोलिसांनी मला अडवलं आणि पोलीस स्टेशनवर नेलं. एका स्त्री पोलिसानं माझी झडती घेतली, तेव्हा *चरस* सापडला. आता मात्र माझी घटका भरली. मला बेदम मारण्यात आलं आणि कोठडीत टाकण्यात आलं. दुसऱ्या दिवशी राण्यालादेखील पोलीस ठाण्यावर आणून निर्दयपणे बडवण्यात आलं. मी माझा गुन्हा कबूल केला आणि राण्याचा या तस्करीशी काही संबंध नाही म्हणून आर्जवं केली; पण ते माझं म्हणणं ऐकेनात. मी त्यांना त्या माणसाचा पत्ता दिला. पण पोलीस म्हणाले की, तिथं असा कुणीच माणूस नाही. कोर्टात सुनावणी झाल्यावर राण्या निर्दोष सुटला, पण न्यायाधीशांनी मला दहा वर्षे तुरुंगवासाची शिक्षा सुनावली.

राण्याची तरी सुटका झाली, म्हणून मी देवाचे आभार मानले. माझ्या छातीवरचं मोठं ओझं उतरलं.

"सुरुवातीला त्यांनी मला भादरच्या तुरुंगात ठेवलं. तिथं राण्या मला भेटायला आला. मी ती भेट कधीच विसरणार नाही. राण्या धाय मोकलून रडला. तो मनातून पुरता कोलमडून गेला होता. मी त्याचं सांत्वन करण्याचा खूप प्रयत्न केला. निदान तो तरी तुरुंगाबाहेर आहे, याबद्दल देवाचे आभार मानायला सांगितले. आपण दोघेही तुरुंगात असतो तर बिजा आणि तिल्याची काय गत झाली असती, अशी समजूत घातली. पण त्याच्यावर काहीच परिणाम झाला नाही आणि चेहऱ्यावर उदासी घेऊनच तो निघून गेला. ते त्याचं अखेरचं दर्शन होतं. त्यानंतर मला जंजमेर तुरुंगात हलवलं गेलं. कारण दीर्घ मुदतीची शिक्षा झालेल्या स्त्रियांना दुसऱ्या कुठल्याच तुरुंगात ठेवण्याची सोय नव्हती. तुरुंगाच्या अधिकाऱ्यांनी मला आश्वासन दिलं की, ते राण्याला माझ्या बदलीची खबर देतील. पण त्यांनी खरोखरच तसं केलं की नाही, हे मला ठाऊक नाही. पाच वर्षं उलटून गेलीत. राण्याचं कधी पत्र आलं नाही, की एकदाही कधी तो मला भेटायला आला नाही.

"इथं असताना मी वनियाला जन्म दिला. या कसोटीच्या काळात नशिबानं त्याची तरी सोबत आहे. पण आता त्याला समज आलीय, त्यामुळे नियमाप्रमाणे तुरुंगाधिकारी त्याला रिमांड होममध्ये, माझ्यापासून दूर पाठवतील. मला ह्या ताटातुटीचीच भीती आहे. आई-वडिलांपासून एकदम दूर केल्यावर त्यानं लगेच बाहेरच्या जगाशी कसं जुळवून घ्यावं? ही अपेक्षाच किती क्रूर आहे! कारण या चार भिंतींव्यतिरिक्त त्याला कशाचीच ओळख नाहीये. तो फक्त बायकांच्या सहवासातच वावरलाय. इथं त्याला पुरुषांचं निसटतं दर्शनदेखील होत नाही आणि रिमांड होममध्ये तर फक्त पुरुष आणि मुलं असतील. तिथं लहान मुलांशी वाईट वागतात, त्यांना मारतात म्हणे. त्याला दूर करण्याचा विचारसुद्धा मला सहन होत नाही. हा तुरुंग त्याला आईच्या कुशीसारखा आहे. आतापर्यंत तो मला सोडून एक क्षणही राहिलेला नाही; पण आता – त्याला कायमचा दूर घेऊन जाणार आहेत. ते रिमांड होम एका दूरच्या शहरात आहे. त्यामुळे त्यानंतर तो कधीच माझ्या दृष्टीला पडणार नाही. ह्यामुळे त्याच्या कोवळ्या मनावर आघात होईल. आधीच त्याला इथं बरंच सोसायला लागलंय. त्याला इथून रिमांड होममध्ये नेण्यापूर्वी त्याच्या बापानं इथं येऊन त्याचा ताबा घ्यावा, अशी माझी फार इच्छा आहे."

त्या दिवशी पत्राचा मजकूर सांगताना अन् माझ्याशी बोलताना रेवलीचं मन मोकळं झाल्यामुळे तिची उमेद वाढली. पण कदाचित रेल्वे प्लॅटफॉर्मवर राण्या

नसेल, ही शक्यता जाणवताच तिला धक्का बसला. ह्याचा तिच्यावर खोल परिणाम झाला अन् तिनं अन्नपाणी सोडून दिलं. दुसऱ्या दिवशी तिची हालत पाहिल्यावर एका ऊर्मीनिशी मी तिला वचन दिलं की, माझी तुरुंगातून सुटका झाल्यावर धर्मापुरीला जाऊन मी राण्याचा शोध घेईन. एवढं सांगितल्यावर कुठं तिनं खायला सुरुवात केली. ते पत्र तर आधीच पाठवून दिलं होतं. त्याला पंधरा दिवस उलटले. माझी घरी जाण्याची वेळ आली, तेव्हा रेवलीनं माझा हात पकडून ठेवला. राण्याला हुडकण्याचं माझं वचन मी पुन्हा दिल्यानंतरच तिनं मला जाऊ दिलं.

माझ्या अटकेच्या आणि त्यानंतर तुरुंगात राहण्याच्या क्लेशदायक अनुभवानंतर माझं आयुष्य रुळावर आणण्यात बरेच दिवस गेले. त्यामुळे मध्यंतरी काही महिने निघून गेले. त्यानंतर एके दिवशी मी धर्मापुरीला गेले. धर्मापुरीत मी प्रत्येक रेल्वे प्लॅटफॉर्मवर राण्याचा शोध घेतला, पण तो कुठंच सापडला नाही. हमाल, फेरीवाले, विक्रेते आणि रेल्वे कर्मचाऱ्यांनाही त्याची माहिती नव्हती. शिवाय पोलिसांचीही काही मदत झाली नाही. अथक शोध घेतल्यानंतर अखेरीस मला गटाराजवळील त्या झोपडपट्टीत सुखियाम्लीतून आलेलं एक कुटुंब भेटलं. त्यांनी सांगितलं की, कोर्टप्रकरणानंतर होणाऱ्या पोलिसांच्या छळाला कंटाळून तिल्या व बिजासह राण्या गडबडीनं धर्मापुरी सोडून निघून गेला. या सर्व खटल्याचा राण्याच्या मनावर खोल परिणाम झाला आहे आणि सध्या त्याचा भाऊ तिल्याच कुटुंब पोसतो, असं त्या कुटुंबानं सांगितलं. जाताना तिल्यानं आपला नवीन ठावठिकाणा सांगितला नव्हता. कसा सांगेल? कुठं जायचं, हे त्यांचं त्यांना देखील ठाऊक नव्हतं. कुठल्या शहरातल्या झोपडपट्टीत, नाही तर रेल्वे प्लॅटफॉर्मवर त्यांना जागा मिळाली असेल, ते देवालाच ठाऊक; असं म्हणत त्यांनी समारोप केला.

रेवली माझ्या निरोपाची वाट पाहत असणार ह्याची मला पुरेपूर जाणीव होती, पण मला समजलेली माहिती तिला सांगण्याइतकं धाडस माझ्याच्यानं झालं नाही. त्या गोष्टीला आज पंधरा वर्षे झाली. रेवलीची तुरुंगातून केव्हाच सुटका झाली असेल. वनिया आता वीस वर्षांचा झाला असेल. ते कसे असतील? सुटल्यानंतर रेवलीला राण्याचा ठावठिकाणा शोधता आला असेल का? आईपासून झालेली ताटातूट आणि रिमांड होममधील आयुष्य वनियाच्या अंगवळणी पडलं असेल का? त्यानं या सर्वांशी कसं जुळवून घेतलं असेल? सुटका झाल्यावर रेवली कुठं गेली असेल? इतकी वर्षे तुरुंगात काढल्यानंतर तिला कसलं काम मिळालं असेल? तिला राहण्यासाठी जागा मिळाली असेल का? ...हे सर्व मला जाणून घ्यायचं होतं. रेवलीचा शोध घ्यायला सुरुवात करायची, असं बऱ्याचदा ठरवलं; पण शोधण्याची सुरुवात कुठून करायची? कारण ती बेघर आहे!

अंधेर नगरी, चौपट राजा

मी लहानपणी ऐकलेल्या सर्व गोष्टींत काही तरी नैतिक बोध असे. या सर्व गोष्टींमध्ये *'अंधेर नगरी, चौपट राजा'* (अन्यायी शहर, अविवेकी राजा) ही गोष्ट माझी आवडती होती. गोष्ट अगदी साधी होती. एक गुरू आणि त्यांचा शिष्य आपल्या ज्ञानात भर टाकण्यासाठी जगात भ्रमण करीत होते. गुरूंचं एक तत्त्व होतं– एका जागी फार काळ वास्तव्य करून राहायचं नाही. कारण त्यामुळे आपली शिकण्याची प्रक्रिया थांबते, असं त्यांचं मत होतं. अनेक वर्षे भ्रमण केल्यानंतर त्यांना एक ठिकाण असं दिसलं की, जिथं सर्व वस्तूंच्या किमती समान होत्या– अगदी सोन्यापासून ते मिठाई अन् भाजीपर्यंत! त्यांना खूप आनंद झाला. त्यांनी उत्तमोत्तम खाद्यपदार्थ मनसोक्त खाल्ले. पण काही दिवसांतच गुरूंना तिथं राहणं ठीक वाटेना. त्यांनी शिष्याला आज्ञा केली की, लगेच सामान बांधून इथून निघायचं.

ह्या स्वर्गासमान गावातून इतक्या लवकर निघायचं, हे शिष्याला रुचलं नाही. ह्याच राज्यात कायमचं वास्तव्य करून राहण्यासाठी त्यानं गुरूंचं मन वळवण्याचा प्रयत्न केला. पण गुरूंनी त्याला सावध केलं की, इथं आणखी राहणं धोक्याचं आहे. पण ह्या वेळी गुरूंची आज्ञा पाळण्याच्या मन:स्थितीत शिष्य नव्हता. त्यानं ते गाव सोडण्यास नकार दिला. अखेरीस गुरूंनी त्याचा नाद सोडला आणि गाव सोडून ते एकटेच निघाले. ज्या राज्यात दोन वस्तूंमधील वेगळेपणाची किंमत जाणली जात नाही, तिथं राहणं धोक्याचं आहे, असा इशारा त्यांनी जाताना दिला.

गुरूंच्या प्रयाणानंतर शिष्यानं गावाबाहेरच्या एका देवळाच्या आवारात बस्तान बसवलं आणि चिंचोक्याच्या भावानं उत्तमोत्तम मिठाई विकत घेऊन त्यावर दररोज ताव मारू लागला. लवकरच तो गलेलठ्ठ झाला आणि निष्काळजी व आनंदी जीवन जगू लागला. अशा प्रकारे अनेक महिने सुखासमाधानात निघून गेले. पण एके दिवशी भल्या पहाटे राजाच्या शिपायांनी त्या शिष्याला झोपेतून निर्दयतेनं अचानक उठवलं आणि ओढत वधस्तंभाजवळ घेऊन आले. फाशी देण्यापूर्वी त्याला त्याची शेवटची इच्छा विचारली गेली. आपण असा काय गुन्हा केला की,

ज्यामुळे आपलं जीवन इतक्या क्रूरपणे संपवणार आहेत, हे काही शिष्याला कळेना. त्यानं विनंती केली की, इतकी जबर शिक्षा देण्यामागचं कारण काय, माझा गुन्हा तरी काय; ते मला सांगा. त्यावर जबाब आला, "तू स्वतः कोणताच गुन्हा केला नाहीयेस. पण राज्याच्या खजिन्याची चोरी झाली आहे आणि चोर शोधायला आम्ही असमर्थ आहोत. न्यायदानास आणखी उशीर करून चालणार नाही. त्यामुळे कुणाला तरी शिक्षा द्या, असं महाराजांचं फर्मान आहे. तू सर्वांत गलेलठ्ठ आहेस आणि आमच्याकडील गळफास तुझ्या गळ्याच्या मापाचा आहे, म्हणून आम्ही चोराऐवजी तुला शिक्षा देणार आहोत; म्हणजे न्यायनिवाडा पूर्ण होईल."

अन्न असो वा आयुष्य; कोणत्याच गोष्टीची किंमत नसलेल्या राज्यात राहण्यातील धोका या गोष्टीत चित्रित करण्यात आला होता. पण त्या काळी माझ्या मनात दुसऱ्याच गोष्टी ठसल्या. बालवयामुळे गोष्टीतील गुन्हा आणि शिक्षा या भागांकडे मात्र माझं दुर्लक्ष झालं. उलट, मी त्या गोष्टीतील राज्यात राहण्याचं स्वप्न बघू लागले; जेणेकरून मला महागडी मिठाई अन् खेळणी चिंचोक्याच्या भावात विकत घेता येतील. पण मोठेपणी त्या लेखकाच्या कल्पनाशक्तीचं मला कौतुक वाटू लागलं. त्या लेखकानं अशी विचित्र गोष्ट कशी आणि का लिहिली असेल, याचं मला कोडं पडलं.

'ती' जराशी तऱ्हेवाईकपणे वागायची, म्हणूनच कदाचित सर्व जण तिला दायली (शहाणी) म्हणत असावेत. दायली पहिल्या प्रथम तुरुंगात दाखल झाली, त्या गोष्टीला दोन वर्षं झाली. तिच्यावर गुन्ह्याचा आरोपही नव्हता की तिला कोर्टानं शिक्षाही ठोठावली नव्हती; तरीही तिला तुरुंगात टाकलं होतं, ही एक दुःखद गोष्ट होती. पण खटला नसताना किंवा शिक्षा ठोठावली नसताना दायलीला इतके दिवस तुरुंगात डांबलंय, याचं कुणालाच सोयरसुतक नव्हतं, हे जास्त दुःखद होतं. पण ही अपवादात्मक गोष्ट नव्हती. तिच्यासारखे अनेक जण खटल्याची वाट पाहत तुरुंगात खितपत पडलेले होते. दायलीला जामीन देऊन सोडवून घेऊन जाणारं कुणी नव्हतं अन् तिच्याकडे पैसेही नव्हते. नाही तर कोर्टातील साहेबाला टेबलाखालून पैसे चारून धूळ खात पडलेल्या हजारो फायलींमधील तिची फाईल पुढं सरकवता आली असती. अशा रीतीनं तिची केस सुनावणीसाठी कधीच आली नाही आणि चुकून आली असलीच, तर तिला तुरुंगातून कोर्टापर्यंत घेऊन जायला पोलीस आले नाहीत. कारण पुन्हा तेच! तिला कुणाला लाच देण्याची व्यवस्था करता आली नाही. अशा प्रकारे खटल्याअभावी ती तुरुंगात महिनोन्महिने खितपत पडून राहिली.

दायलीचं जीवन इतकं क्षुल्लक होतं की, ती तुरुंगात असो की तुरुंगाबाहेर त्यामुळे कुणाला काहीच फरक पडला नव्हता. खरं तर, ती बंदिवान आहे की

स्वतंत्र आहे, या गोष्टीचा तिलाही फरक पडत नसावा, असं दिसत होतं. तिचं डोकं ठिकाणावर नसल्याचंच ते स्पष्ट द्योतक होतं. ती स्वत:शीच पुटपुटत बसलेली किंवा तंद्रीत हरवलेली दिसे. त्यावरून तिचं डोकं जरा सटकलेलं असावं, असा तर्क लोकांनी केला होता. कधी कधी ती कुणाच्याच प्रश्नांना उत्तरं द्यायची नाही; फक्त हसायची आणि रोखून पाहायची. मात्र, इतर वेळी ती प्रेमळ आणि बोलकी होती. अनेकदा ती उपाशी राही. तिची मर्जी असेल त्याप्रमाणे ती कधी काम करायला नकार देई किंवा कधी खूप काम करे.

आणखी एकाबाबतीत दायली वेगळी होती. तिला मोठ्यांऐवजी मुलांसोबत राहायला आवडे. मुलांसोबत असताना ती त्यातल्या त्यात ठीक असे. तुरुंगात नऊ मुलं होती. बहुतेक सर्व जण तुरुंगातच जन्मलेली होती. ही मुलं एखाद्या चुंबकाप्रमाणे तिच्याकडे आकर्षिली जात. आपापल्या दु:खी आयांऐवजी त्यांना तिच्यासोबत वेळ घालवायला आवडे. ह्या अभागी मुलांचा काहीही गुन्हा नसतानादेखील आपल्या आईबरोबर त्यांनाही शिक्षा भोगायला लागे. त्यांना गुंतवून ठेवणारं कोणतंच साधन तुरुंगात नव्हतं. अभ्यास करायला शाळा नाही, खेळायला खेळणी नाहीत, वाचायला पुस्तकं नाहीत, डुंबायला झरे नाहीत, चढायला डोंगर नाहीत, वेचायला फुलं नाहीत, खोड्या काढायला जनावरं नाहीत, पाठलाग करायला फुलपाखरं नाहीत, रंगवायला रंग नाहीत, डबक्यात फेकायला खडे नाहीत, खडे फेकायला डबकी नाहीत... ना मैदान, ना संगीत, ना सिनेमा, ना सहली... काहीही नाही! या गुदमरवणाऱ्या वातावरणाचा मुलांवर खूप दुष्परिणाम होत असे. आपल्या निराश आईसोबत त्यांना चार उदास भिंतींमधील भयानक पोकळीत नीरस जीवन जगणं भाग पडे. परंतु दायली तासन् तास ह्या मुलांचं मनापासून मनोरंजन करे.

मुलांना खेळणी बनविण्यासाठी दायली मिळेल तो कचरा गोळा करी. त्यात बहुतेक करून चिंध्या, काड्या आणि तेलाच्या बाटल्या असत. शिवाय साबणाची वेष्टनं. कारण तुरुंगात इतर कचरा मिळत नसे. चिंध्यांचा गठ्ठा करून तो दोरीनं बांधून ती त्याचा चेंडू बनवी. केरसुणीच्या काड्या घेऊन त्यावर चिंध्या गुंडाळून बाहुलीचे हातपाय तयार करी. कापलेल्या बटाट्यावर ती कापड गुंडाळी, वॉर्डनचं पेन मागून घेऊन त्यावर नाक-डोळे रंगवी; की झाला बाहुलीचा चेहरा तयार! ती साबणाच्या वेष्टनाच्या कागदाच्या छोट्या होड्या, विमानं आणि गाड्या बनवी अन् मातीच्या गोळ्यापासून खेळणीसुद्धा! तेलाच्या बाटल्या दोरीनं बांधून ती आगगाडी तयार करे. कर्मचाऱ्यांच्या घरून जुनी, फेकलेली खेळणी गोळा करून आणण्यासाठी ती वॉर्डनला वरचेवर विनवी; पण तिच्या विनंतीकडे कुणीच लक्ष दिलं नाही. जगापासून दूर, कंटाळवाण्या आणि एकसुरी जीवनामुळे मुलं खूप

चिडचिडी होत आणि आईच्यामागं कायम भुणभुण लावत. साहजिकच वैतागून त्यांच्या आया त्यांना कित्येकदा बडवून काढत. त्या वेळी दायली त्या आयांची खरडपट्टी काढे. फक्त अशाच प्रसंगी दायली व्यथित झालेली जाणवत असे; अन्यथा ती नेहमी आपल्या विश्वात हरवलेली असे.

कधी कधी तुरुंगात आणलेला नवा कैदी घाबरलेल्या अन् हादरलेल्या मन:स्थितीत असे. यामागील कारण असे– त्याच्या डोळ्यांदेखत झालेली हिंसा आणि रक्तपात. अशा वेळी मानसोपचारतज्ज्ञाला ताबडतोब बोलवून ह्या विमनस्क नवागतावर उपचार करणं आवश्यक असे; पण तुरुंगात अशी काहीही सोय नव्हती. सामान्यत: मुलं सोडल्यास इतर मोठी माणसं दायलीच्या खिजगणतीतही नसत. पण अशा वेळी मात्र ह्या नवागताजवळ प्रथम जाई ती दायलीच! ती खूप काही करत असे, अशातला भाग नव्हता. पण ती फक्त त्याच्याशेजारी बसून राही, अगदी तासन्‌तास. साहजिकच ह्या गोंधळलेल्या नवागताचं प्रथम संभाषण आणि सामना होई तो या जराशा वेडसर बाईशी अन् ते संभाषणही कसं? तर, थोडंसं तुटक-तुटक आणि असंबद्ध.

दायली तुरुंगात का आणि कशी आली, ते तिच्याकडून समजणं शक्यच नव्हतं. आपला भूतकाळ उलगडायला ती ठाम नकार देई. शिवाय तिला भेटायला कुणी येत नसे, की तिला कुणी पत्र लिहीत नसे. फक्त तिच्या केस पेपरवरूनच काय झालं असावं, हे थोडंफार ध्यानात येई. त्यातील नोंदीनुसार कुणाच्या तरी खासगी जागेत घुसून तिथं दोरीवर वाळत घातलेली चारशे रुपयांची साडी चोरल्याचा तिच्यावर आरोप होता. हा आरोप सिद्ध झाला नसूनही तिला तुरुंगात दोन वर्षे राहावं लागलं होतं. तुरुंगात आणल्यानंतर तिला फक्त एकदाच कोर्टात हजर करण्यात आलं होतं. पण त्या वेळी तक्रारदार आणि साक्षीदार हजर नव्हते, त्यामुळे सुनावणी पुढे ढकलली गेली होती. कदाचित त्या तक्रारदाराच्या दृष्टीनं त्या साडीची किंमत इतकी नगण्य होती की, त्यासाठी या कारवाईत वेळ वाया घालवायला तो तयार नव्हता. दायलीच्या तुरुंगातील वास्तव्यापोटी खर्च होणार होता तो जनतेच्या पैशातून! प्रशासनाला त्याची मुळीच पर्वा नव्हती. शिवाय दायलीच्या वेळाची किंमत तरी कोणाला होती? त्यामुळे ती आणखी अठरा महिन्यांसाठी परत तुरुंगात आली.

दायली ही इतकी य:कश्चित व्यक्ती होती, की ध्यानीमनी नसताना, अचानक एके दिवशी तिचा दावा सुनावणीला आल्याची बातमी येताच सर्व जण चांगलेच चकित झाले. त्याही पुढची गोष्ट म्हणजे, कोर्टात जाण्यासाठी पोलीस तिच्यासोबत येणार होते. सर्वांना तिच्यासाठी हा एक शुभशकुन वाटला. कारण ती तुरुंगात बराच काळ खितपत पडणार, असं कर्मचाऱ्यांसकट सर्वांना आतापर्यंत वाटत

होतं आणि म्हणूनच ह्या वेळी तुरुंगातील प्रत्येकानं दायलीला बजावलं की, कोर्टात गुन्हा कबूल कर. कारण गुन्हा कबूल करून क्षमायाचना केल्यास तिची ताबडतोब सुटका झाली असती. साडी चोरण्यासाठी जास्तीत जास्त काही महिन्यांची शिक्षा झाली असती आणि तिनं तर अगोदरच जरुरीपेक्षा किती तरी जास्त काळ– तब्बल दोन वर्षे– तुरुंगात काढला होता. तुरुंगाबाहेर पडण्याचा हा एकच मार्ग तिच्यापाशी आहे, असं सर्वांचं मत होतं. अन्यथा, तिचा खटला पुन्हा त्या फायलींच्या ढिगाखाली गाडला जाण्याची शक्यताच जास्त होती– किती वर्षांसाठी, देव जाणे!

आणि म्हणूनच कोर्टात जाण्याच्या आदल्या रात्री सर्व कैदी दायलीभोवती गोळा झाले. न्यायाधीशांसमोर स्वत:चा गुन्हा कबूल कर, अशी विनवणी तिला करू लागले. तुरुंगात आणखी आयुष्य वाया घालवण्याचं काहीही कारण नाही, यावर सर्वांचं एकमत होतं. तिची उणीव प्रत्येक कैदी स्त्रीला भासणार होती, विशेषत: आयांना. तरीदेखील ती मुक्त व्हावी, अशीच सर्वांची इच्छा होती. बंदिवान म्हणून जगण्यापेक्षा तुरुंगाबाहेरील जीवन फार बरं– मग ते कितीही हाल-अपेष्टांनी भरलेलं असलं तरी– असं सर्वांचं मत होतं. त्यांनी तिला समजावण्याचा खूप प्रयत्न केला की, ही तुझ्यासाठी कदाचित शेवटचीच संधी असेल. त्यामुळे तू निर्दोष असलीस, तरीदेखील गुन्हा मान्य कर. त्या रात्री दायलीनं सर्वांचं बोलणं लक्षपूर्वक ऐकून घेतलं.

दुसऱ्या दिवशी तिला कोर्टात घेऊन जातेवेळी वॉर्डननेदेखील तिला सल्ला दिला की, तिच्यावरचे आरोप तिनं मान्य करावेत. यामुळे ती मुक्त होणार याची सर्व कैद्यांची खात्री पटली. पण त्याच दिवशी संध्याकाळी जेव्हा तिला परत आणून पुन्हा तुरुंगात डांबलं गेलं, तेव्हा एकूणएक जण अवाक् झाले. वॉर्डननं गौप्यस्फोट केला की, दायलीनं आपला गुन्हा मान्य करायला नकार दिला होता. काही तांत्रिक अडचणींमुळे सुनावणीची तारीख पुन्हा एकदा पुढं ढकलण्यात आली होती. पुन्हा एकदा त्या रात्री कैदी स्त्रियांनी दायलीभोवती घोळका केला. कुठं काय बिनसलं आणि दायलीनं गुन्हा का कबूल केला नाही, हे त्यांना जाणून घ्यायचं होतं. "मी खोटं बोलणार नाही. मी साडी चोरली नाहीये." एवढंच सांगून ती एका कोपऱ्यात जाऊन बसली.

दायलीचं डोकं ठिकाणावर आहे की नाही, कोण वेडं आहे आणि कोण शहाणं आहे; ह्या गोष्टी ठरवणं अशा वेळी कठीण होऊन बसतं. पण अखेरीस मला एक जाणवलं की, *'अंधेर नगरी, चौपट राजा'*सारख्या गोष्टीचं बीज त्या लेखकाला अशा घटनांतूनच मिळालं असणार. ते शोधायला त्याला फार यातायात करावी लागली नसेल.

बदला : रेहानाची कहाणी

आमचं कुटुंब अतिशय पापभीरू होतं. आमच्या धर्माप्रमाणे दिवसातून पाच वेळा नमाज पढायचा असतो. कितीही जरुरीचं काम असलं तरी ते बाजूला ठेवून माझे आई-वडील नमाज पढत. आमचं कुटुंब मोठं अन् सर्वसाधारण होतं. मिळकत बेताची असल्यानं आमची आर्थिक परिस्थिती जेमतेम होती. पण माझे आई-वडील दर महिन्याला थोडी तरी बचत करीत. सर्व जबाबदाऱ्या पार पडल्यावर आपल्याला हाजला जाता येईल या एकाच आशेपोटी ती त्यांची एकमेव इच्छा होती. आमच्या जमातीचीच माणसं बहुसंख्येनं असलेल्या एका मोठ्या *वस्तीत* आमचं छोटंसं घर होतं. नऊ बहीण-भावांत मी चौथी होते. माझ्या आत्यानं माझं नाव रेहाना ठेवलं. ही आत्या तिचा नवरा वारल्यापासून आमच्यासोबत राहत होती. माझे वडील व माझे भाऊ मिळून एक स्कूटर दुरुस्तीचं दुकान चालवत आणि कुटुंबातील स्त्रिया उत्पन्नाला हातभार लावण्यासाठी पतंग तयार करीत. पतंग उडवण्याचा मोसम संपल्यावर आम्ही लोणची, *शेवया* आणि *पापड* करून विकत असू. मला खूप लहान वयापासूनच पतंग बनविण्याचं काम करायला लागलं. मी संध्याकाळी दोन तास माझ्या बहिणींसोबत उर्दू व कुराण शिकण्यासाठी मदरशात जात असे. आम्ही पाच बहिणी होतो. त्यामुळे माझ्या आई-वडिलांना आमच्या लग्नाची काळजी होती. मी सर्वांत मोठी होते. त्यामुळे मी पंधरा वर्षांची झाल्या-झाल्या माझे वडील माझ्यासाठी स्थळ पाहू लागले.

आणि म्हणूनच जेव्हा झुबेदाबाईंनी आपला एकुलता एक मुलगा अफझलसाठी माझा हात मागितला, तेव्हा माझं कुटुंब हरखून गेलं. इतक्या सुंदर स्थळाला नकार देण्याचा प्रश्नच नव्हता. झुबेदाबाई हे आमच्या भागातील एक बडं प्रस्थ होतं. तिची जीवनकथा म्हणजे उकिरडा ते महाल– असा प्रवास होता. राज्यात दारूविक्रीला बंदी असली, तरी गेली पंचवीस वर्षे तिचा दारूचा व्यवसाय तेजीत चालला होता. ती अतिशय वजनदार स्त्री होती. सरकारदरबारीही तिच्या ओळखी होत्या म्हणे. स्थानिक पोलीस ठाणे तिच्या मुठीत होतं. कारण ती त्यांच्या वरच्या

साहेबांना दारू पुरवत असे. तिच्याविरुद्ध ब्र काढण्याची कोणाची हिंमत नव्हती. ती सर्व प्रकारची दारू विके– गावठीपासून उंची दारूपर्यंत. गरिबांपासून शहरातील वजनदार व्यक्तींपर्यंत सर्वांना झुबेदाबाईकडून दारूचा पुरवठा होई. एरवी सामान्य असणाऱ्या आमच्या *वस्तीत* तिचंच एक घर महत्त्वाचं होतं.

झुबेदाबाई ही एक यशस्वी स्त्री असली, तरी तिचा मुलगा अफझल अजूनही कामधंदा करीत नव्हता. स्थिर-स्थावर झाला नव्हता. तरीदेखील माझ्या सामान्य कुटुंबाला त्यांची माझ्या स्थळासाठीची विनंती हा एक सन्मान वाटला. मी किती नशीबवान आहे आणि ह्या सुस्थितीतील कुटुंबात मी खूप सुखी होईन, असंच सर्वांना वाटलं. आमच्या जमातीत श्रीमंत कुटुंबं फार कमी होती. मुलगे बहुतेक करून हरकाम्या गडी म्हणून किंवा टॅक्सी ड्रायव्हर किंवा ट्रक ड्रायव्हर म्हणून काम करत किंवा फार फार तर छोटासा व्यवसाय करत. इतकं छान स्थळ शोधणं सोपं नव्हतं. शिवाय माझ्या आई-वडिलांना अशीही आशा वाटली की, इतक्या सुस्थितीतील कुटुंबाशी घरोबा झाल्यानंतर माझ्या इतर बहिणींची लग्नंही पटकन जुळतील. अशा रीतीनं फारसा विचार न करता त्यांची मागणी स्वीकारली गेली.

झुबेदाबाईनं आत्तापर्यंत तिच्या एकुलत्या एका मुलाला आपल्या अवैध धंद्यापासून दूर ठेवलं होतं. त्यानं कायदेशीर व्यवसाय करून जीवन जगावं, अशी तिची इच्छा होती. परंतु अलीकडे मात्र तिचा धीर सुटत चालला होता. लग्न आणि मुलांची जबाबदारी अंगावर पडल्यावर अफझल सुधारेल, असा तिनं अखेर विचार केला. झुबेदाबाईचं अख्खं तारुण्य धोकादायक व्यापार सांभाळण्यात खर्ची पडलं होतं. त्यामुळे बापाचं छत्र हरपलेल्या आपल्या मुलावर योग्य संस्कार करायला तिला वेळच मिळाला नव्हता. आता चित्र असं होतं की, तिच्या मुलाला ना शिक्षण पूर्ण करण्यात रस होता, ना काही कामधंदा करण्यात. आपल्या मित्रांबरोबर वस्तीतून उंडारण्यात त्याचा सारा वेळ जाई. बायकोच त्याला वठणीवर आणेल, असा झुबेदाबाईचा समज होता. अम्मी व अब्बूंनाही तिचा हा विचार पटला होता आणि माझं लग्न अफझलशी ठरल्यानं ते मनापासून खूश झाले. माझं मत विचारण्याची कुणालाच गरज भासली नाही, कारण मोठी माणसं ठरवतील ते माझ्या भल्यासाठीच असणार, यात शंका नव्हती.

अफझल उडाणटप्पू असूनदेखील आमच्या वस्तीतील बहुतेक सर्व कुमारिकांच्या दृष्टीनं तो सर्वोत्तम वर होता. आमच्या भागात त्याचं कुटुंब सर्वांत श्रीमंत होतं. शिवाय तो देखणा होता आणि त्याचा पोषाख टापटीप असायचा. तो आमच्या भागातील चित्तचोर होता आणि माझ्याप्रमाणेच माझ्या सर्व मैत्रिणींनी त्याला आपलं हृदय अर्पण केलं होतं. रोज आमच्या गप्पांचा मुख्य विषय तोच असे.

मदरशाला जाता-येताना त्याचं ओझरतं दर्शन झालं, तर आम्ही हरखून जात असू. त्यामुळे माझ्या *वस्तीतील* इतक्या मुलींमधून झुबेदाबाईनं मला तिच्या मुलासाठी वधू म्हणून निवडल्यावर माझा आनंद गगनात मावेना आणि मला स्वर्ग दोन बोटं उरला. माझ्या घरातील सर्व जण या मागणीमळे खूश झाले आणि साहजिकच माझ्या मैत्रिणी माझा हेवा करू लागल्या.

माझ्या *निकाहचे* सर्व विधी आनंदात पार पडले. झुबेदाबाईचे पती बऱ्याच वर्षांपूर्वी अचानक वारले होते. त्या वेळी अफझल खूप लहान होता. त्यानंतर इतक्या वर्षांनी त्या कुटुंबात हा पहिलाच समारंभ घडत होता. शिवाय झुबेदाबाईच्या एकुलत्या एका मुलाचं लग्न होतं, त्यामुळे तिला कोणतीही कसर राहू द्यायची नव्हती. तिनं हा समारंभ साजरा करण्यासाठी बराच पैसा खर्च केला. लग्नाच्या आधी बऱ्याच दिवसांपासून आमचा संपूर्ण रस्ता फुलांनी आणि रोषणाई करून सजवला गेला. शेकडो पाहुणे व प्रतिष्ठित व्यक्ती आमंत्रित करण्यात आल्या आणि त्यांच्या खाण्यापिण्याची उत्तम बडदास्त ठेवण्यात आली. लग्नाच्या आदल्या दिवसापासून गाण्या-बजावण्यासाठी एक लोकप्रिय बँड मुक्रर करण्यात आला. *निकाहच्या* रात्री संपूर्ण आकाश आतषबाजीनं उजळून गेलं. *मेहेरपोटी* दिलेल्या रकमेचा आकडा यापूर्वी आमच्या वस्तीत कुणीच ऐकला नव्हता. मला भरपूर कपडे अन् दागिने देण्यात आले. *निकाहचा* आनंदोत्सव अनेक दिवस साजरा केला गेला. कित्येक आठवडे आमच्या जमातीत माझ्या लग्नाची चर्चा होत होती. लग्नाचा इतका धूमधडाका यापूर्वी कुणीच पाहिला नव्हता.

ते माझ्या आयुष्यातील सर्वांत आनंदाचे दिवस होते. मी हरखून गेले होते आणि अजिबात बावरले नव्हते. नाही तर इतर मुली लग्नाच्या दिवशी पार बिथरून सैरभैर होतात. प्रथेप्रमाणे मौलवीनं मला तीनदा विचारलं की, मी लग्नाला तयार आहे का? त्यावर, त्यांचा प्रश्न संपायच्या आतच मी 'हो' म्हणून टाकलं. माझ्या या उतावीळपणावर सर्व जण मनसोक्त हसले. माझ्या कुटुंबीयांपासून दूर जाण्याचं मला एवढं जिवावर आलं नाही, कारण माझं नवं घर त्यांच्यापासून फार दूर नव्हतं. त्यामुळे मला वरचेवर त्यांना भेटणं शक्य होतं. बालपणापासून मी पतंग बनवण्यासाठी खूप कष्ट उपसले होते. त्यामुळे सुखसोईंनीयुक्त नवीन घराशी जुळवून घेणं अवघड गेलं नाही. ज्या-ज्या गोष्टीची इच्छा करावी ते-ते सर्व काही ह्या नवीन घरात होतं. पण सर्वांत महत्त्वाचं म्हणजे, माझे माझ्या सासूशी चांगले सूर जुळले. तिला तर माझ्यात तिला नसलेली मुलगी मिळाली. स्वत:च्या मुलालाही सांगता येणार नाहीत, अशा गोष्टी तिनं मला सांगितल्या. तिला आयुष्यात फार लवकर वैधव्य आलं होतं आणि शोककाळ–*इद्दत*–संपण्याच्याही आधी आर्थिक ओढाताणीमुळे तिला तिच्या नवऱ्याच्या अवैध धंद्यांची सूत्रं हाती

घेणं भाग पाडलं होतं. तिच्या नशिबानं म्हणा किंवा तिच्या कर्तृत्वामुळे म्हणा; यथावकाश तो निषिद्ध धंदा तिच्या देखरेखीखाली बहरला. 'झुबेदा *बेगम* ते झुबेदाबाई'पर्यंतच्या आपल्या प्रवासाचं दुःख तिनं मला सांगितलं. पडदानशीन स्त्रीपासून शक्तिशाली डॉनपर्यंतच्या तिच्या खडतर प्रवासातील गुपितं तिनं मला खुलेपणानं सांगितली.

माझ्या सासूची घरकामांतून मी यथावकाश सुटका केली. त्यामुळे तिला आता केवळ दारूच्या व्यवसाय पाहावा लागे. झुबेदाबाईला एव्हाना मी अम्मीजान म्हणू लागले होते. ती माझ्यावर मुलीप्रमाणे प्रेम करू लागली आणि मीही आईप्रमाणे तिची सेवा करू लागले. दिवसभराचं काम आटपल्यानंतर मी तिचे पाय रगडून देई, तिच्या केसांना मेंदी लावे, तिला आवडे तसं पान बनवून देई. तिचं मन राखायला जे-जे म्हणून करता येईल, ते मी करत असे. दररोज संध्याकाळी आमच्या आवारात आम्ही झोपाळ्यावर बसत असू. त्या वेळी अम्मीजान पान चघळत आपल्या आयुष्याची कहाणी मला तासन्‌तास सांगत बसे. ती एक पोलादी स्त्री होती आणि तिच्या जीवनकहाणीनं मी पार अवाक् होऊन जाई. भलेभले बलवान पुरुष हातपाय गाळतात, अशा काळ्या धंद्यात ती यशस्वी व्हावी, हे अविश्वसनीय सत्य होतं. तिचं आयुष्य असामान्य, जगावेगळं होतं. तिची कहाणी ऐकताना मी भारून जात असे अन् कधी कधी रोजची कामं करायचंही मला भान राहत नसे.

पण आता वयोमानानुसार अम्मीजान थकली आणि तिला ते काम सोडून द्यावंसं वाटू लागलं. त्या कामात रोजचे ताणतणाव आणि गलिच्छ नीचपणा ठासून भरलेला होता. दिवसेंदिवस बिघडणाऱ्या परिस्थितीत हा धोकादायक आणि असुरक्षित धंदा सांभाळणं अवघड होत चाललं होतं. तिनं खूप वर्षं कष्ट उपसले होते. आता तिला निवांतपणाची ओढ लागली होती, ह्या अप्रामाणिक व्यवसायापासून सुटका हवी होती. कुराणाच्या विरोधात जाऊन आपण पाप करत आहोत, या विचारानं तिचं मन खात असे. त्यामुळे इथून पुढचं उर्वरित आयुष्य तिला पुण्यकर्मात घालवायचं होतं. तिला वाटे, अफझल एकदा मार्गाला लागला की, आपल्याला सर्व काही बंद करता येईल. कायद्यानं व धर्मानं निषिद्ध मानलेला व्यवसाय आपण केला, त्या चुकीची हाजला जाऊन अल्लाकडे माफी मागता येईल.

पण आमचं लग्न झाल्यावरदेखील अफझल सुधारण्याची चिन्हं नव्हती. अम्मीजाननं अफझलसाठी वेगवेगळे व्यवसाय सुरू करून देण्याचे पुनः पुन्हा प्रयत्न केले. पण तो होता एका विधवा, बलशाली आईचा एकुलता एक मुलगा. अतिशय लाडावलेला अन् बिघडलेला. त्यामुळे कुठल्याही कामाची शिस्त अन्

बंधनं त्याला मानवेनात. त्यामुळे दर खेपेला तो व्यवसाय बंद पडायचा आणि पैसे बुडायचे. हा फक्त अफझलचा एकट्याचा दोष नव्हता. तो लहान असल्यापासून तो मागेल ते झुबेदाबाई त्याला आणून देत असे. त्याला पुरेसा वेळ न देऊ शकल्याची ती अशा प्रकारे भरपाई असे. त्याला वडिलांची कमतरता जाणवू नये, म्हणून ती त्याच्या सर्व इच्छा पूर्ण करी. त्यामुळे अम्मीनं कमवलेला पैसा उधळायला अफझल शिकला. आपल्या कल्पनेतील आदरणीय व कर्तव्यनिष्ठ आई आपण बनू शकत नाही, ही खंत उरी बाळगून झुबेदाबाईनं मुलाला कधीच कशाची आडकाठी केली नाही. आता त्याला समृद्ध अन् सहजसोप्या आयुष्याची सवय झाली होती. त्यामुळे तो काम करायला तयार नव्हता. त्याची आई आम्हा सर्वांसाठी लागेल त्यापेक्षा जास्त पैसा कमावत असल्यानं त्याला कष्ट करण्याची गरज नव्हती.

अम्मीजान मला अफझलवर वचक ठेवण्याची सतत ताकीद देई; पण मी कधीच त्यांच्यात ढवळाढवळ केली नाही. माझ्या मते, हा माय-लेकांचा मामला होता. कदाचित त्या वेळी मी तिचं बोलणं मनावर घ्यायला हवं होतं. पण मी त्या वेळी फक्त सतरा वर्षांची होते; खूपच तरुण आणि खूप भोळी. शिवाय एक नवरा म्हणून अफझलचा स्वभाव खूपच प्रेमळ आणि हवाहवासा होता. मी तर त्याच्या प्रेमात बुडाले होते. इतरांप्रमाणेच मलाही असं वाटे की, एकदा का बाप बनला की, तो बदलेल. शिवाय स्वत:च्या करारी अन् समर्थ आईला जो आवरत नाही, त्याला माझ्यासारखीचा लगाम कसा बसेल? मला आज्ञाधारक बायको बनण्याची शिकवण देण्यात आली होती. काही असो; इच्छा असली तरी मला माझ्या नवऱ्याला शिस्त लावता आली नसती. तो माझ्यापेक्षा वयानं खूप मोठा होता आणि मला त्याचा खूप दरारा वाटे. त्याची बायको म्हणून जगण्यात मला समाधान वाटे. त्यामुळे त्याच्या अवगुणांकडे मी पूर्णपणे दुर्लक्ष केलं.

पण इकडे माझ्या सासूनं अफझलच्या मागं किरकिर करणं थांबवलं. कारण आता त्याला सुधारणं ही माझी जबाबदारी आहे, असा तिचा ग्रह होता. खरं म्हणजे, तिला आपल्या मुलाशी कठोरपणे वागणं कधी जमलंच नाही. आणि म्हणूनच पुढं-पुढं तिचं अफझलवर जे काही थोडं नियंत्रण होतं, ते तिनं सोडून दिलं आणि त्याची पूर्ण जबाबदारी माझ्यावर टाकली. साहजिकच तो आणखीनच बेबंद झाला आणि त्याच्या वाईट सवयींमध्ये पूर्ण बुडून गेला.

या खेपेला नशिबानंही आम्हाला साथ दिली नाही. आम्हाला मूल झालं असतं, तर कदाचित त्याला आपलं वागणं सुधारायला लागलं असतं. पण आम्हाला मूल नसल्यानं त्याच्या बेजबाबदारपणात फरक पडला नाही. यामुळे माझ्या मनात एक अपयशीपणाची भावना मूळ धरू लागली आणि अफझलच्या

दुष्कृत्यांसाठी मी स्वत:ला दोष देऊ लागले. मुलं जन्माला घालण्यासाठीच लग्नं केली जातात, असं म्हणतात. साहजिकच एका बायकोचं कर्तव्य आपण करू शकत नाही, म्हणून मला एक अधुरेपण जाणवू लागलं. मला मुलं होणार नसतील, तर या लग्नाला काय अर्थ आहे? मला दिवस राहावेत, म्हणून अम्मीजान मला प्रत्येक मशिदीत अन् प्रत्येक दर्ग्यात घेऊन गेली; पण व्यर्थ! पराभूत होऊन मी शेवटी 'अफझलसाठी दुसरी बायको शोधा', अशीही सासूला विनंती केली. पण ही सूचना तिनंही फेटाळून लावली आणि त्यानंही. माझ्या अस्तित्वाचा अर्थ काय आहे? अफझलच्या वैगुण्याला मीही तितकीच जबाबदार आहे, असं मला वाटू लागलं. त्याचा स्वभाव आणि लहानपणी नीट न लावलेलं वळण या दोन कारणांबरोबरच मला मूल न होणं, हेदेखील त्या उणिवांमागील एक कारण आहे, असं मला वाटू लागलं.

असल्या विचारांना मनात थारा दिल्याबद्दल अम्मीजाननं माझी खरडपट्टी काढली. उलटपक्षी, हा दारूचा धंदा आपण अफझल लहान होता तेव्हाच सोडून दिला नाही, याबद्दल ती स्वत:ला दोष देई. ती म्हणे की, चांगलं वळण लावायला पोषक वातावरणाची गरज असते. आपल्या मुलाच्या अपयशाचं कारण म्हणजे, आपल्याला त्याच्या भविष्याचा वेध घेता आला नाही, हे तिला समजून चुकलं होतं. स्वत: पापभीरू असल्यामुळे, धर्माला निषिद्ध व्यवसाय करत आल्यामुळे आपल्याला ही शिक्षा मिळाली– असंही ती माने. आमच्या धर्मात दारूशी संबंधित काहीही करण्यास मनाई आहे. दारूला स्पर्श करणंदेखील पाप आहे. आपण दारूविक्री करतो आणि म्हणूनच हे असं झालं, असं तिला वाटे. अफझलच्या अपयशासाठी आम्ही दोघीही स्वत:लाच दोषी मानत आलो. त्यामुळे आम्ही त्याच्याशी पुरेशा कठोरपणे वागू शकलो नाही. अशा परिस्थितीत काळ कसा भराभर निघून गेला, कळलंच नाही आणि पाहता-पाहता अफझल आम्हा दोघींच्या हाताबाहेर गेला.

आता अफझल कायम दारू पिऊन तर्र असायचा. जुगार खेळायचा आणि दररोज पैसे हरायचा. त्याचे सर्व चुकार मित्र प्यायला आणि जुगार खेळायला पहाटेपर्यंत आमच्या घरी पडीक असायचे. त्यामुळे आमच्या घराचे 'बार'मध्ये आणि जुगाराच्या अड्ड्यामध्ये रूपांतर झाले. ते जुगार खेळताना मला सारी रात्र त्यांना खाणं-पिणं पुरवायला लागे. पैशांबरोबरच आमची झोप आणि मन:शांतीही नाहीशी होऊ लागली. गोष्टी सहन करण्यापलीकडे गेल्या. आता काही तरी करायलाच हवं होतं. मुकाट्यानं सहन करण्यात काही हशील नव्हतं. कारण त्यामुळे इतरांचं तर सोडाच, पण अफझलचंदेखील भलं होत नव्हतं. एकमेकांवर दोषारोप करण्याऐवजी मी आणि अम्मीजान, आम्हा दोघींना त्याच्या जीवनाचा

ताबा घेणं आवश्यक होतं. म्हणूनच एके दिवशी आम्ही त्याच्याशी वागताना ठाम, कठोर पवित्रा घ्यायचा ठरवलं.

पण हे सोपं काम नव्हतं, कारण आमचा धंदाच दारूचा होता आणि अफझल याच वातावरणात जन्मला-वाढल्यामुळे पक्का दारुडा झाला होता. आम्हाला पाणी, तशी त्याच्या दृष्टीनं दारू होती. तरीदेखील घरी बसून त्याच्या पिण्याला आम्ही पूर्णविराम देऊ शकलो. कारण आम्ही आधी घरातील सर्व दारू बाहेर हलवली. आम्ही त्याच्या मित्रांनाही घरी येऊन पिण्याची मनाई केली. अम्मीजाननं आपला व्यवसायदेखील एका भाड्याच्या घरात हलवला. तिनं तो व्यवसाय पूर्णपणे सोडून द्यावा, म्हणून मी हट्ट धरला. पण तिची त्याला तयारी नव्हती. उत्पन्नाचं दुसरं काही साधन नव्हतं, त्यामुळे तिला तसं करणं असुरक्षित वाटू लागलं. ही भीती खरं तर अवाजवी होती. कारण पुढील बरीच वर्षं पुरेल एवढी संपत्ती आमच्याकडे होती. आणि अगदीच गरज पडली, तर मी पतंग बनवण्याचा उद्योग सुरू करू शकले असते. पण विधवा झुबेदाबाईनं आयुष्यात खूप चढउतार आणि गरिबी पाहिली होती. अनुभवली होती. परिस्थितीचे चटके सोसले होते. त्यामुळे फक्त पैसाच सुरक्षितता देऊ शकतो, असं तिचं ठाम मत होतं. त्यामुळेच चांगलं बस्तान बसलेला आपला धंदा ती सोडून देऊ इच्छित नव्हती. दुसरा व्यवसाय असल्याखेरीज, तो नफ्यात चालल्याखेरीज खचितच नव्हती आणि अर्थात अफझल ज्या तऱ्हेनं पैसे उधळत होता, ते थांबेपर्यंत तरी मुळीच नव्हती. ही मनोधारणा मी समजू शकत होते. पण कुटुंबाखातर हा दारूचा धंदा बंद करणं जरुरीचं होतं, असं मला वाटत होतं. आम्हा दोघींमध्ये हा एकच वादाचा गंभीर मुद्दा होता.

पण आमचा दारूचा व्यवसाय सुरू राहो अगर न राहो, घरी जुगार खेळायला परवानगी मिळो न मिळो; अफझलला त्याचा काहीच फरक पडत नव्हता. त्याचं पिणं आणि जुगार खेळणं घराबाहेर सुरूच राहिलं. पैशांची गरज असेल, तेव्हाच तो घरी यायचा. तो बाहेर कुठे तरी सोईस्कर ठिकाणी राहतो, असं आम्हाला समजलं. पूर्वीचे रक्तपिपासू, लबाड नमुने अजूनही त्याच्याभोवती रुंजी घालत. कारण तो त्यांच्याकरिता मुक्तहस्ते पैसे खर्च करी. अफझल खूप बदलला आणि तो आमच्याशी परकेपणानं वागू लागला. घर आणि तो ह्यांच्यात पैसा हा एकच दुवा उरला. त्याची प्रकृती खालावली आणि तो बोलताना अडखळू लागला. अफझल आपलं आयुष्य असं बरबाद करताना पाहून आमचा जीव तीळ-तीळ तुटे. याआधी जेव्हा तो घरी पीत असे, तेव्हा निदान तो आमच्या नजरेसमोर तरी असे. परंतु आता कित्येक दिवस त्याचं दर्शन होत नसे. त्याच्यासाठी माझी सासू आणि मी अहोरात्र झुरू लागलो. कारण आमचं दोघींचं विश्व त्याच्यातच

सामावलेलं होतं. पण त्याला पुन्हा आमच्यापाशी खेचून आणण्याचा उपाय आमच्यापाशी नव्हता.

अफझलची जीवनशैली इतकी उधळपट्टीची अन् भपकेबाज झाली की, झुबेदाबाईलाही ती पेलवेना. त्याच्या अधाशी मागण्या अशाच पूर्ण करत गेलो असतो, तर आम्ही भिकेला लागलो असतो. स्वत:चा मुलगा म्हणजे माझ्या सासूचं सर्वांत मोठं दुबळेपण होतं. तरीदेखील तिनं त्याला पैसा पुरवणं ठामपणे पूर्णपणे बंद केलं. तरीही तो बधला नाही. त्यानं पैसे उधार घ्यायला सुरुवात केली आणि आपलं पिणं अन् उधळपट्टी सुरूच ठेवली. अफझल हा झुबेदाबाईचा मुलगा असल्यानं सर्व जण त्याला आनंदानं दारू अन् कर्ज देत. हळूहळू त्यानं घरी येणं बंद केलं. त्याऐवजी त्याचे घेणेकरी आपले पैसे मागायला दारात रांगा लावू लागले. या सर्व प्रकारात आमची खूपच फसवणूक झाली. कारण अफझलचं खरोखर किती आणि कुणाकुणाला देणं होतं, हे काही आम्हाला ठाऊक नव्हतं. कित्येकांनी या गोष्टीचा गैरफायदा घेतला आणि आम्हाला फसवलं. प्रथम-प्रथम अम्मीजाननं मानहानी टाळण्यासाठी मागेल त्याला पैसे दिले. पण अखेरीस तिनं त्याचं कर्ज न फेडण्याचा निर्णय घेतला. कारण पुढं-पुढं ते शक्यही होईना. ज्या दिवशी त्याचे देणेकरी रिकाम्या हातानं परत गेले, त्याच दिवशी अफझल पिसाळून घरी आला आणि आम्ही तिजोरीत ठेवलेले सर्व पैसे घेऊन निघून गेला.

या प्रसंगानंतर कित्येक महिने अफझल आम्हाला दिसलाच नाही. त्याच्याकडील पैसे संपल्यानंतर तो पुन्हा घरी आला. ह्या वेळी तिजोरीत काहीच पैसे नव्हते. त्यानं मोठा तमाशा केला आणि माझे दागिने पळविण्याचा प्रयत्न केला. मी सर्व शक्तीनिशी त्याला प्रतिकार केला आणि या झोंबाझोंबीत मी जखमी झाले. अम्मीजान मला वाचवण्यासाठी मधे पडली, तेव्हा त्यानं तिलाही ढकलून दिले. माझं सर्व सोनं घेऊन तो निघून गेला. त्या दिवशी माझी सासू इतकी धाय मोकलून रडली की, जणू कुटुंबातील कुणाचा तरी मृत्यू झाला असावा! आपला मुलगा आपल्याला कायमचा दुरावला, हे सत्य कदाचित तिला उमगलं असावं. मी तिला यापूर्वी कधीच अशा स्थितीत पाहिलं नव्हतं. तिचा पूर्णपणे मनोभंग झाला होता. मनातून उद्ध्वस्त झाली होती. एका रात्रीत ती म्हातारी झाली. त्यानंतर ती कधीच पुन्हा पूर्वीसारखी कणखर होण्याइतपत सावरू शकली नाही.

तिच्या कामाचं स्वरूप कसंही असो, पण अम्मीजान होती मात्र स्पष्टवक्ती आणि न्यायी. अफझल बरा होण्यापलीकडे गेलाय, याची जाणीव होताच तिनं मला माहेरी परत जाण्याचा सल्ला दिला आणि आयुष्याची नव्यानं सुरुवात करण्यास सांगितलं. मी अजूनही तरुण असल्यानं माझं जीवन बरबाद करण्याची गरज नाही, असं तिनं निक्षून सांगितलं. अफझलचे अवगुण माहीत असूनही

त्याचं लग्न करण्याचा निर्णय घेतल्याचा तिला पश्चात्ताप झाला होता. त्यामुळे आपली चूक सुधारण्यासाठी कुराणाचे नियम पाळणाऱ्या कुटुंबात माझं पुनर्वसन करण्याची तिची इच्छा होती. तिच्या माघारी अफझल मोकाट सुटेल आणि माझ्या आयुष्याचा नरक करून टाकेल, अशी तिला खात्री होती. आमचा सर्व पैसा वाटून टाकायला तो मोकळा होईल आणि मी उघड्यावर पडेन, ह्या भीतीनं ती निराश झाली. इथलं सगळं सोडून देऊन मी दुसरं लग्न करावं, अशी तिची मनापासून इच्छा आहे, हे मला जाणवल्यानं मी खूप दुखावली गेले. स्वप्नातही मी नवऱ्याच्या ठिकाणी परपुरुषाला पाहू शकत नव्हते. मी तिचा सल्ला धुडकावून लावला. माझं घर हेच राहणार आणि माझा नवरा अफझलच असणार, यावर मी ठाम होते.

पण अम्मीजाननं खूप दूरचा विचार केला होता. माझं मन वळविण्याचा प्रयत्न तिनं सोडला नाही. ज्यावर अवलंबून राहावं, असा समर्थ नवरा नसलेल्या स्त्रीचं भविष्य किती भयानक असेल याचं चित्र तिनं माझ्या नजरेसमोर उभं केलं. तिच्यासाठी व तिच्या मुलासाठी ह्या दारूच्या धंद्याच्या गर्तेमध्ये मला ढकलून आपल्या पापांचा गुणाकार करण्याची तिची इच्छा नव्हती. झुबेदाबाईला माझ्यात स्वतःची प्रतिमा दिसली आणि म्हणूनच ती माझं 'रेहानाबाई'त रूपांतर होऊ देणार नव्हती. तुझ्या जागी माझी स्वतःची मुलगी असती तरी मी हेच केलं असतं, असं ती वरचेवर मला सांगे. मी जिवंत असताना अफझलनं आम्हाला इतका त्रास दिलाय, तर मी मेल्यावर हा त्रास आणखीनच वाढणार. त्याऐवजी तुला आता एक मानाचं व पापभीरू जीवन निवडण्याची संधी आहे; ती तू घ्यावीस, असं तिचं म्हणणं होतं. हळूहळू तिचा सल्ला माझ्या मनात रुजू लागला.

आणखी काही दिवस गेले. मी जणू विधवेचंच आयुष्य जगत होते. माझ्या संसाराला काही अर्थ नव्हता. असं निरर्थक अस्तित्व मान्य करून जगणं अवघड होतं. नवऱ्याविना तिथं राहून मी काय साधणार होते? झुबेदाबाई दारू विकून पैसे कमवी आणि अफझल दारू पिण्यावर ते खर्च करी. ह्या दोन्ही गोष्टींमध्ये एक अनाहूत परस्परसंबंध होता. ते एक दुष्टचक्र होतं. ह्या चक्राच्या चौकटीत मला कुठंच स्थान नव्हतं. माझा कुणालाच उपयोग नव्हता. अखेर अम्मीजानचा युक्तिवाद माझ्या ध्यानात आला. मी माहेरी जाण्याचा निर्णय घेतला. तिला तसं सांगितल्यावर ती आनंदितही झाली अन् दुःखीही.

माझ्या ठरलेल्या 'मेहेर'च्या पाचपट रक्कम सासूनं मला दिली. काही मालमत्ताही माझ्या नावे केली, स्वतःचे दागिने मला दिले. तिनं माझ्या आई-वडिलांची माफी मागितली आणि मला आसरा देण्याची विनंती केली. माझ्या

आई-वडिलांना धक्काच बसला. तिनं त्यांना समजावून सांगितलं की, मी तरुण असल्यानं ती मला मुक्त करीत आहे. मला सुख कसं लाभेल, याचा विचार आवश्यक असल्याचं तिचं म्हणणं होतं. लग्नानंतर माहेर सोडताना झालं होतं त्यापेक्षा जास्त दुःख मला माहेरी परतताना झालं. लग्नाच्या वेळी माहेरच्या माणसांपासून दूर जाण्याच्या वेदनेपेक्षा सासूपासून दूर जाण्याची वेदना अधिक होती.

माझं नष्टचर्य इथं संपायला हवं होतं आणि ही माझ्या नव्या आयुष्याची नांदी ठरायला हवी होती. पण ही तर आणखी दुःखद पर्वाची नांदी ठरेल, ह्याची मला जरादेखील कल्पना असती, तर मी माझ्या नवऱ्याचं घर मुळीच सोडलं नसतं. मी अफझलला कायमचं सोडलं, हे समजल्यावर अफझलचा अहंकार कमालीचा दुखावला. आमच्या जमातीत स्त्रीनं नवऱ्याकडून घटस्फोट मागणं, हा प्रकार कधी घडला नव्हता. त्यामुळे झुबेदाबाईसारखीचा मुलगा बायकोकडून होणारी अशी प्रतारणा कशी सहन करणार? कदाचित, माझ्या सासूनं मला पैसा आणि संपत्ती दिली होती, ती त्याला परत हवी असावी. कदाचित मी दुसऱ्या कुणाशी लग्न करीन, हा विचार त्याला सहन झाला नसेल किंवा आपली आई माझ्यावर किती अवलंबून आहे याची त्याला कल्पना असेल. की दारू पिऊन-पिऊन त्याचं डोकं पार कामातून गेलं होतं? की, त्याच्या नालायक विश्वासघातकी मित्रांचा हा दुष्प्रभाव होता? त्याला बालपणापासूनच हवं ते मिळण्याची आणि हवं ते करण्याची सवय होती. बहुतेक, त्यामुळेच त्याला अशी प्रतारणा सहन झाली नसावी. की, त्याचं खरोखरच माझ्यावर प्रेम होतं? अफझल मला परत न्यायला माझ्या माहेरी का आला, त्यामागील नेमकं कारण मला कधीच कळलं नाही.

पण मी माहेरी आले होते, ती पुन्हा परत जाण्यासाठी थोडीच? साधक-बाधक विचारांअंती मी त्याच्याशी असलेले सर्व संबंध तोडण्याचा निर्णय घेतला होता. माझं डोकं पूर्ण ठिकाणावर होतं आणि त्याच्या आईच्या उपस्थितीतच मी हा दुःखद निर्णय घेतला होता आणि तिनंही ह्याबाबतीत मला पूर्णपणे साथ दिली होती. अल्लाच्या साक्षीनं मी त्याला माझ्या तनमनातून बाहेर काढलं होतं. विभक्त होणं, हीदेखील लग्नाइतकीच एक गंभीर बाब आहे अन् तिचा योग्य तो मान राखला पाहिजे. अफझलच्या दृष्टीनं कशालाच किंमत नव्हती. ना माझ्याशी झालेल्या लग्नाची, ना माझ्यापासून विभक्त होण्याची. ही सर्व त्याच्यासाठी क्षुल्लक गोष्ट होती, एक विनोद होता; पण माझ्यासाठी लग्न व घटस्फोट या दोन्ही क्षुल्लक गोष्टी नव्हत्या. त्याच्याशी झालेली सोयरीक प्राणपणानं जपण्याचा जसा मी प्रयत्न केला, तसाच त्याच्यापासून विभक्त राहण्याचा निर्णयही मी अमलात आणणार होते.

जेव्हा मी त्याच्याबरोबर परत जायला नकार दिला, तेव्हा अफझल चवताळला आणि त्यानं जबरदस्ती करण्याचा प्रयत्न केला. माझ्या भावना मी त्याला सविस्तर समजावून सांगू शकत नव्हते, कारण तो नेहमी प्यायलेला असल्यामुळे असली कारणमीमांसा समजण्याची त्याची मन:स्थितीच नसे. त्याची माझ्यावर होणारी बळजबरी रोखण्याचा दुसरा मार्ग नसल्यानं माझे कुटुंबीय मधे पडले आणि त्यांनी त्याला हाकलून दिलं. त्याच्या दुसऱ्या दिवशी अफझलला तत्परतेनं मदत करणारे त्याचे पोलीस मित्र सर्च वॉरंट घेऊन आमच्या घरी आले. मी त्यांचे दागिने चोरून त्यांच्या घरातून पळून आलेले आहे, अशी तक्रार त्यानं नोंदवली होती. अम्मीजाननं मला दिलेले दागिने आमच्या घरी सापडले. मला अटक झाली. अम्मीजाननं मध्यस्थी केल्यानंतर माझी जामीनावर सुटका झाली. आमच्या वस्तीत आम्ही म्हणजे एक चेष्टेचा विषय बनलो. एके काळी मैत्रिणींनी माझा हेवा केला होता; पण आता मी दया आणि तिरस्काराचा विषय बनले होते. मला घराबाहेर पाऊल ठेवणं मुश्किल होऊन बसलं. कारण एक तर अफझलच्या धमक्या सारख्या मिळत असत आणि दुसरं म्हणजे, मी एक कुतूहलाचा अन् लोकांच्या हेटाळणीचा विषय बनले होते. अफझलनं माझ्या कुटुंबीयांचीही गय केली नाही. नशा करून तो वेळी-अवेळी घरी येई अन् तमाशा करी. माझ्या बहिणींची लग्नं जमतात की नाही, अशी भीती वाटू लागली. कारण आमच्या कुटुंबाशी कोणीच संबंध ठेवू इच्छित नव्हतं. अफझल आमच्या घरावर नजर ठेवून होता. आम्हाला सहानुभूती दाखवणाऱ्यांना तो त्रास देऊ लागला. त्यामुळे नातेवाईक व मित्रपरिवार आमच्यापासून अंतर राखू लागले. आम्हाला धडपणे जगणंदेखील अशक्य झालं. माझ्या वडिलांनी जमातीतील मोठ्या लोकांकडे तक्रार केली, तर त्यांनी मला अफझलकडे परत पाठवण्याचा सल्ला दिला. निराश होऊन ते पोलिसांकडे गेले, परंतु त्यांनी काहीही हालचाल केली नाही.

अफझलची आमच्या आयुष्यातील ढवळाढवळ कशी थांबवायची, हे आम्हाला कळेना. आम्हाला आमच्या नशिबावर सोडण्यात यावं, एवढीच आमची इच्छा होती. अखेरीस कंटाळून माझ्या भावांनी अफझलला धोपटून काढलं आणि हाकलून लावलं. आमच्या घराजवळ नुसतं फिरकलास तरी परिणाम वाईट होतील, असा त्याला सज्जड दम दिला. पण दुसऱ्या दिवशी अफझल आपल्या गुंडांना घेऊन आला. काठ्या आणि सळ्या घेऊन आलेल्या त्या गुंडांनी माझ्या भावांवर पाशवी हल्ला केला. माझ्या आईनं ही धुमश्चक्री थांबवण्याचा प्रयत्न केला. त्यात तिच्या डोक्याला जबर दुखापत झाली. अम्मीला खाली कोसळताना पाहताच ते पळून गेले. अम्मीला बेशुद्धावस्थेत दवाखान्यात हलवलं गेलं. तिथं ती कित्येक दिवस जीवन-मरणाच्या उंबरठ्यावर झुंजत राहिली.

गेल्या काही दिवसांतील या घटनांमुळे माझ्या मनावर खोल आघात झाला होता. तरीही आतापर्यंत मी ते सर्व शांतपणे सहन केलं होतं. परंतु या प्रसंगानं सर्वांवर कडी केली. माझ्या कुटुंबीयांवर हल्ला करून त्यांना रक्त सांडेपर्यंत मारहाण होणं, ही गोष्ट माझ्या सहनशक्तीपलीकडची होती. त्या दिवशी माझ्या आईला रक्ताच्या थारोळ्यात बघून माझा सारासार विवेक संपला. माझ्या डोक्यावर कसलं भूत स्वार झालं होतं, कोण जाणे! माझ्या मनात फक्त सूडभावना खदखदू लागली. अफझलला जशास तसं उत्तर देण्याच्या इच्छेनं मनावर कब्जा केला. अफझलनं माझ्या आईवर हल्ला केलाय ना; मग मी त्याच्या आईवर करणार. त्यानं माझं आयुष्य बरबाद केलंय; मी त्याचं करणार. त्याला जबर किंमत मोजायला लागली पाहिजे. आपल्या असहाय आईला गंभीर इजा झाल्यावर कसं वाटतं, हे त्याला समजायला हवं. यानंतर जे घडलं, ते मी अजूनही समजू शकले नाहीये. सूडाने भारलेल्या स्थितीत मी लाल दरवाजा बाजारात गेले. तिथून एक खंजीर विकत घेतला आणि थेट माझ्या सासूच्या घरी गेले अन् अम्मीजानला भोसकून मोकळी झाले. त्या भारलेल्या अवस्थेतच मी थेट पोलीस ठाण्यावर गेले. त्यांना शरण गेले आणि माझा गुन्हा कबूल केला. इतकं सगळं झाल्यावर मी काय केलंय, याची मला पूर्ण जाणीव झाली. पण आता खूप उशीर झाला होता.

यानंतरच्या घटनांवरून पटेल की, प्रत्यक्ष जीवन हे कल्पित कथेपेक्षाही विचित्र असतं. माझ्या आईची तब्येत सुधारली, तर मी केलेल्या हल्ल्यात झुबेदाबाई बळी पडली. अफझल एका वर्षभरात तुरुंगातून सुटला, तर माझ्या प्रिय व्यक्तीला ठार मारल्याबद्दल मला जन्मठेपेची शिक्षा झाली. खरं सांगते, अम्मीजानच्या मृत्यूबद्दल सर्वांत जास्त कुणी शोक केला असेल, तर तो मी. आणखी एक विचित्र गोष्ट म्हणजे, झुबेदाबाई आपल्या हयातीत अफझलला सुधारू शकली नाही, परंतु तिच्या मृत्यूनं तो बदलून गेला. त्यानं दारू पिणं सोडलं. त्याच्या आईचा मृत्यू, माझ्यावरचा खटला आणि तुरुंगवास, त्याला स्वत:ला भोगावा लागलेला तुरुंगवास, आमच्या वस्तीतील माजलेला हलकल्लोळ... ह्या सर्वांमुळे आणि 'आपण आत्तापर्यंत वेडीवाकडी कर्मं केली, त्याचे इतके भयानक परिणाम झाले', हे लक्षात आल्यामुळे त्याला जबर धक्का बसला. त्याची काळजी घ्यायला कुणीच उरलं नाही. अतिसुरक्षित जीवन जगणारा अफझल अचानक पूर्णपणे एकटा पडला. त्याच्यावर ओढवलेल्या संकटाची चाहूल लागताक्षणी त्याच्याभोवती नेहमी घोळका करणाऱ्या संधिसाधू माणसांनी त्याची साथ सोडली. अफझल तडकाफडकी सारं काही गमावून बसला. त्याची आई गेली आणि तिच्यासोबत नाव, प्रतिष्ठा, संपत्ती अन् सत्ताही गेली. अफझलला कधीही स्वत:च्या

हिमतीवर जगणं माहीत नव्हतं, पण आता त्याला पाठिंबा द्यायला कुणीही नव्हतं. एकाकीपणा आणि अपराधी भावनेमुळे अफझलला माफी मागावीशी वाटू लागली असावी. त्यामुळे तुरुंगातून सुटल्यानंतर त्यानं माझ्याशी समझोत्याचे प्रयत्न सुरू केले.

तो तुरुंगात मला भेटायला आला, तेव्हा पहिल्या-पहिल्यांदा मी त्याला भेटायला नकारच दिला. मला त्याच्याशी अजिबात संबंध ठेवायचाच नव्हता. माझ्या आयुष्यातील ते प्रकरण मी कायमचं बंद केलं होतं. आता कशानंच काही फरक पडणार नव्हता. माझ्याभोवती सर्वत्र अंधार होता. माझ्या स्वतःच्या माणसांनी माझ्यापासून दूर राहायचं ठरवलं होतं. माझ्यामुळे जो त्रास सोसायला लागला तेवढा खूप झाला, असं त्यांनी ठरवून टाकलं. आमच्या जमातीत उठलेल्या हलकल्लोळामुळे माझ्यासारख्या नाचक्की झालेल्या खुन्यापासून दूर राहणं त्यांना भाग पडलं. शिवाय माझ्या बहिणींची लग्नं अजूनही व्हायची होती. त्यामुळेही त्यांनी मला त्यांच्या आयुष्यातून हद्दपार केलं. मला ठाऊक आहे की, माझा त्याग करणं त्यांना खूप जड गेलं असणार. पण आमच्या समाजाचे नियम त्यांना पाळावेच लागले. त्यांची हालहवाल समजावी, म्हणून मी तळमळत होते. मला माझ्या आईला पाहायचं होतं. मी शेवटचं पाहिलं, तेव्हा ती रक्ताच्या थारोळ्यात होती. पण मला भेटायला माहेरचं कुणीच आलं नाही.

तुरुंगात येण्याआधीचं माझं जीवन नैराश्याचं होतं. तुरुंगातील प्रत्येक दिवस म्हणजे तर नरक होता. मला जबरदस्त अपराधी भावना सतावत होती. एकटी पडल्यामुळे मी वेडीपिशी झाले. आपल्या माणसांपासून विलग झाल्यानं मला अपरिमित दुःख झालं होतं आणि या सर्वांवर कडी म्हणजे, माझ्या हातून माझ्याच सासूचा खून झालाय, हा सल मला कुरतडून टाकत होता. काही महिन्यांतच मी मानसिकदृष्ट्या खचून गेले. या रसातळाला पोचलेल्या आणि तुरुंगाच्या उंचच उंच भिंतींनी जगापासून तोडलेल्या स्थितीत अफझलची पत्रं ठरावीक अंतरानं येऊ लागली. पत्रातून तो माझ्याकडे माफीची याचना करी. याशिवाय तुरुंगात कैद्यांना भेटण्याचे विशिष्ट दिवस ठरलेले असत, त्या दिवशी तो मला भेटण्यासाठी तुरुंगात येत असे. पण मीच दर खेपेस त्याला भेटायला नकार देई. किती विरोधाभास होता तो! इतर कैदी स्त्रिया कोणी भेटायला येईल का, म्हणून आस लावून वाट पाहायच्या; पण ते व्यर्थ जात असे आणि इथं मी– खुद्द माझा नवरा दर भेटीच्या दिवशी दरवाजापाशी हजर राहायचा, तर त्याला भेटायला नकार द्यायची.

अम्मीजानचा मृत्यू झाल्यावर मला माझ्या वागण्याचा पश्चात्ताप होऊ लागला होता. तिला मारून मी केवढं पाप केलं होतं! दिवस जातील तसं मला असं वाटू

लागलं की, माझ्या सासूची माफी मिळवण्याचा एकमेव मार्ग म्हणजे तिच्या मुलाला माफ करणं. मी माझ्या आयुष्यात अफझलचा पुन्हा स्वीकार केला, तर तिच्या थडग्यात तरी तिला शांती लाभेल. आम्ही सर्व जण दैवाच्या हातातील प्यादी होतो आणि नशिबाचे बळी ठरलो होतो. आमच्यातील कुणीच मुद्दामहून गैरकृत्य केलं नव्हतं. आज जर अफझल भूतकाळ मागं टाकू शकतो, तर मी का नाही टाकू शकणार? शिवाय एकदा तुरुंगात गेलेली स्त्री सुटून बाहेर आल्यावर तिला कुठं आसरा मिळणार? सुदैवानं मला माझ्या नवऱ्याच्या घरी जाण्याची संधी होती. त्यामुळे अफझलचा स्वीकार करणं, हा उत्तम पर्याय होता. जीवनाच्या मार्गावर परत येण्यासाठी हा एकमेव आशेचा किरण होता.

आता मी सुखी आहे असं म्हटलं, तर तुम्हाला विचित्र वाटेल. अफझलनंच दिलेल्या जामीनावर मी त्याच्या घरी कित्येकदा जाऊन आलेली आहे. याच जोरावर मी तुरुंगामधील एक तप पार पाडू शकले. अन्यथा, मी वेडी होऊन गेले असते. अफझल आता पूर्णपणे बदललाय. तो आता आपल्या आईचाच व्यवसाय बघतो आणि चांगला चालवतो. पण तो आता दारूला शिवतदेखील नाही. मी खुद्द त्याच्या आईचा खून केला. केलेल्या त्या गुन्ह्याबद्दल त्यानं मला माफ केलं आहे, त्यामुळे आता आमची जमात फार काळ मला वाळीत टाकू शकणार नाही. काळ जाईल तशी माझ्या माहेरच्यांना पूर्वीची प्रतिष्ठा परत मिळेल, अशी आशा आहे. माझ्या चांगल्या वर्तणुकीमुळे माझ्या शिक्षेत कपात करण्यात आली आहे अन् मला ठरल्या तारखेच्या अगोदर मुक्त करतील. माझी अगोदर मुक्तता व्हावी, म्हणून अफझलनं आवश्यक ती लाचदेखील दिली आहे. तो आतुरतेनं माझ्या सुटकेची वाट पाहत आहे. लवकरच, वर्ष-दोन वर्षांत मी तुरुंगाबाहेर असेन–बहुधा माझी चौतिशी संपण्यापूर्वी. कदाचित माझं उर्वरित आयुष्य मी माझ्या नवऱ्यासोबत शांततेत घालवू शकेन... आमचा भूतकाळ कायमचा गाडून!

अंतिम इच्छा : शकुंतलेची कथा

शकुंतला इतर कैदी स्त्रियांपेक्षा वेगळी होती. ती कधीही पत्रांची किंवा भेटायला येणाऱ्यांची वाट पाहायची नाही. तिला कुणी मित्रही नव्हता अन् शत्रूही. ती कशानंच विचलित होत नसे. नवी व्यक्ती तुरुंगात दाखल झाली, तरी तिचं कुतूहल चाळवत नसे आणि आतील जुनी व्यक्ती सुटून गेली, तरी तिला काही वाटत नसे. ती कधीच आनंदी, दुःखी अगर चिडलेली नसे. नेमून दिलेले काम ती एखाद्या यंत्रमानवाप्रमाणे करीत राही, कोणतीही भावना न दर्शविता.

भावशून्य चेहरा आणि निस्तेज डोळ्यांची ही कृश स्त्री एखाद्या हडळीप्रमाणे दिसे. रोज दिवसअखेरीस सर्व कैदी स्त्रियांना त्यांच्या कोठड्यांत बंद करण्यात येई, त्यानंतर त्यांना करण्यासारखं दुसरं काहीच नसे. मग कंटाळा घालवण्यासाठी त्या एकत्र येऊन गप्पा मारत, गात, कंड्या पिकवत, भांडत, शिव्या देत किंवा एकमेकींचा वचपा काढत. पण शकुंतला आपल्या कोठडीच्या कोपऱ्यात जाऊन प्रार्थना करत बसे. ही मृदुभाषी स्त्री तिचा सर्व मोकळा वेळ प्रार्थनेत सत्कारणी लावी. तुरुंगाच्या त्या अनैसर्गिक वातावरणात प्रत्येक कैदी स्त्रीचा पारा चढत असे, परंतु शकुंतला म्हणजे जणू सात्त्विकतेची जिवंत मूर्ती होती.

शकुंतलेच्या आई-वडिलांच्या अकाली मृत्यूनंतर तिच्या मामा-मामींनी तिचा एका लहानशा खेड्यात प्रेमानं सांभाळ केला. शकुंतलेचं शिक्षण फक्त आठवीपर्यंत झालं होतं, कारण त्या गावात पुढची शाळा नव्हती. सर्व मुली शाळा संपण्याचीच वाट पाहत, कारण त्यानंतर सर्व मैत्रिणींना मिळून मजा करता येई. आपल्या समवयीन मुलींसोबत शकुंतला मोकळ्या मैदानातून भटके, झाडावर चढे, खेळे. यात तिचं वेळेचं भान हरपून जाई. शेवटी तिला पकडून जबरदस्तीनं घरी घेऊन जावं लागं. ह्या किशोरवयीन मुलींना अशी थोडी मौजमजा करण्याचं स्वातंत्र्य दिलं जाई. कारण सर्वांना ठाऊक होतं की, वयात आल्यानंतर हे स्वातंत्र्य पूर्णपणे हरपणार आहे. रिवाजानुसार तेरा वर्षांची झाल्या-झाल्या हे फुलपाखरी दिवस संपत आणि प्रत्येकीला 'चांगली बायको' बनण्याचं प्रशिक्षण कुटुंबाकडून दिलं

जात असे. मुलींना वळण लावतानाही त्यापाठीमागं लग्नाचा विचार असे. त्यामुळे लग्न हेच आपल्या जीवनाचं ध्येय आहे, हा विचार त्यांच्या मनात पक्का होई. त्यामुळे 'चांगल्या' बायकोचे, सुनेचे, आईचे, भावजयीचे गुण त्या अंगी बाणवून घेत. सर्व जणी बरेच उपासतापास करीत आणि चांगला नवरा मिळावा म्हणून जवळच्या देवळात रोज प्रार्थना करीत. आपला संसार सुखी व्हावा, ह्या आशेनं शकुंतला एकही *गौरीव्रत* चुकवत नसे.

रिवाजानुसार सोळाव्या वर्षांच्या कोवळ्या वयात शकुंतलेचं लग्न मोहनशी लावण्यात आलं. रोशननगर नावाच्या बड्या शहरातील एका कारखान्यात तो सुपरवायझर होता. मामीच्या प्रशिक्षणामुळे अविवाहित मुलीतून विवाहित स्त्रीच्या भूमिकेत शिरणं शकुंतलेला अजिबात जड गेलं नाही; परंतु खेड्यातून एका मोठ्या, गजबजलेल्या, प्रदूषित आणि गोंगाटमय शहरात येण्याचा तिला मोठा धक्का बसला. शहरातील या धबडग्याला कसं सामोरं जावं, हे तिला शिकवण्यात आलेलं नव्हतं. अशा वेळी तिच्या मदतीला आला तो कमल तलाव– रोशननगरच्या माजी महाराजांनी बांधलेला भव्य, देखणा तलाव. आपल्या एकत्र कुटुंबापासून दूर, तिथं घालवलेला वेळ हा खास तिचा स्वत:चा होता. तिच्यासाठी त्यातील प्रत्येक क्षण मोलाचा होता. त्या प्रत्येक क्षणी ती तिच्या बालपणीच्या आठवणी जागवत असे. ते अथांग तळं दूरवर आकाशाला टेकलेलं होतं. ते पाहून तिला त्या अरुंद, गजबजलेल्या बोळांचा अन् तिच्या मोडकळीला आलेल्या घराचा विसर पडे. त्या अथांग निळ्याशार पाण्यावरून वाहणारा गार वारा, कमळांचा सुवास, तलावाभोवतालच्या दगडी बांधावर आदळणाऱ्या छोट्या लाटांचा हळुवार आवाज याची तिला भुरळ पडे. शकुंतलेच्या दृष्टीनं तो तलाव म्हणजे दिवसभराच्या दगदगीनंतरचं एक विश्रांतिस्थान होतं, कायाकल्प करणारा एक स्रोत होता.

शकुंतला आपल्या संसारात सुखी होती. मोहन मायाळू नवरा होता. त्याला तिच्याविषयी प्रेम, आदर वाटे. काही दिवसांनी तिचं ते नवीन घर तिला आपलंसं वाटू लागलं. तिचं आयुष्य सुरळीतपणे चाललं होतं. लवकरच शकुंतलेनं एका जुळ्याला जन्म दिला. त्यांची मनीष व मंजू अशी नावे ठेवली. तब्बल एकोणीस वर्षांनी त्या घरात बाळाचा– तोही एक नाही तर दोन-दोन बाळांचा– जन्म झाला होता. त्यामुळे सर्व जण खूप आनंदात होते. मोहनचे वृद्ध आई-वडील, दोन अविवाहित बहिणी, पत्नी आणि मुलं असं आठ माणसांचं कुटुंब पाहता मोहनची कमाई अपुरीच होती. पण शकुंतलेला त्याची काळजी वाटली नाही. तिनं हे आव्हानदेखील पेलण्यास कंबर कसली. मुलं मोठी झाली अन् त्यांच्या मागण्या वाढल्या, तसं मोहनच्या कमाईला हातभार लावण्यासाठी शकुंतलेनं तीन घरी स्वयंपाकाचं काम धरलं. ऊर्मिला आणि पारो ह्या तिच्या नणंदांनी शिवणकाम,

भरतकाम सुरू केलं. कमावणाऱ्या व्यक्तींची संख्या चार झाल्यानं खर्च भागवणं सोपं झालं.

ह्या निम्न आर्थिक स्तरातील कौटुंबिक जीवनात शकुंतला समाधानानं राहत होती. जीवनाकडून तिच्या अपेक्षा मर्यादित होत्या अन् तिच्या इच्छा-आकांक्षा मोठ्या नव्हत्या, यातच तिच्या समाधानाचं रहस्य दडलेलं होतं. चांगला नवरा अन् मुलंबाळं मिळवण्याचं तिचं स्वप्न कधीच पूर्ण झालं होतं. आता तिच्या मनात फक्त तीन इच्छा होत्या अन् त्या तेवढ्या पूर्ण करायच्या बाकी होत्या. एक– आपल्या कुटुंबाला अन्न, वस्त्र, निवाऱ्याची चणचण कधी भासू नये. दोन– मुलांना उत्तम शिक्षण मिळावं, जे तिला अन् मोहनला मिळू शकलं नव्हतं. आणि तीन– तिच्या नणंदा सुस्थळी पडाव्यात.

देवाच्या कृपेनं नशिबाचं दानही शकुंतलेच्या इच्छेनुसार पडत गेलं. तिच्या मोठ्या नणंदेची एका चांगल्या कुटुंबात सोयरीक ठरली. शकुंतलेचे दागिने विकून डोनेशनचे पैसे उभे करून मुलांना इंग्लिश मीडियम शाळेत प्रवेश घेतला. त्याशिवाय कुटुंबाच्या प्राथमिक गरजाही व्यवस्थित भागत होत्या. शकुंतला तिच्या सासू-सासऱ्यांची लाडकी होती. ते तिच्यावर अवलंबून राहू लागले. कर्तव्यनिष्ठ सुनेचे गुण तिच्यात चांगले मुरलेले होते, त्यामुळे ती तिच्या संसाराला समर्पित होती. सर्वांचं तिच्याशी चांगले जमे. शिवाय मोहन एक जबाबदार नवरा होता. त्याच्या बहुसंख्य सहकाऱ्यांसारखे दुर्गुण त्याच्यात नव्हते. पण सर्वांत महत्त्वाचं म्हणजे, तिची मुलं चांगल्या प्रकारे वाढत होती.

काम संपल्यानंतर मोहन खूप वेळ मनीष व मंजूसोबत घालवीत असे. तो त्यांना अवघड विषय समजावून सांगे. त्याचे आई-वडिल मुलांना भरपूर गोष्टी सांगत. शकुंतला बाहेर कामाला गेली की, ऊर्मिला आणि पारो मुलांबरोबर खेळत. अशा प्रकारे कुटुंबातील सहा मोठी माणसे मनीष व मंजूला प्रेमाने वाढवत होती. दर रविवारी सर्व जण मिळून कमल तलावावर फिरायला जात. उन्हाळ्याच्या सुटीत शकुंतलेचे मामा मुलांना आपल्या गावी घेऊन जात. तिथं ती खूप मजा करीत. दोन्ही मुलं अभ्यासातही हुशार होती. मग आणखी काय हवं? देवानं शकुंतलेला भरभरून दिलं होतं, लग्नाआधी तिनं केलेले उपास आणि व्रतवैकल्यं यांचं तिला चांगलं फळ मिळालं होतं.

अशा वेळी अचानक एक महाभयंकर घटना घडली. घटना होती शकुंतलेच्या हाताबाहेरची, त्यामुळे ती शकुंतलेला रोखता आली नाही. पण या एका घटनेमुळे तिचं कुटुंब इतकं उद्ध्वस्त झालं की, त्याचं शब्दांत वर्णन करता येणार नाही. एके दिवशी पूर्वसूचना न देता मोहनच्या मालकानं आपला कारखाना बंद केला. कोट्यवधी रुपये किमतीची कारखान्याची जमीन विकून टाकली आणि ते पैसे

घेऊन आपल्या कुटुंबासह तो परदेशी निघून गेला. एका रात्रीत शंभरापेक्षा जास्त कामगार बेरोजगार झाले. त्यात मोहनही होता. कामगार काहीही करू शकले नाहीत. त्यांच्या बाजूनं उभं राहून या संकटातून सुटका करायला कोणता कायदा नव्हता, की न्यायालय नव्हतं. उत्पादन बंद करणारा हा एकच उद्योग नव्हता, तर अलीकडेच अनेक कारखाने अचानक अशाच प्रकारे गुंडाळण्यात आले होते. अशा विचित्र घडामोडींमुळे सर्व जण विमनस्क झाले होते, भांबावून गेले होते. बेरोजगारांची संख्या अचानक वाढली होती. त्यांना रोजगार देण्यासाठी त्या शहरात काहीच उपाययोजना नव्हती.

काही दिवसांनी धक्क्याचा आवेग ओसरल्यावर मोहननं नवीन काम शोधण्यास सुरुवात केली. त्याच्यासारखे अनेक जण काम शोधण्यासाठी त्या शहरात सकाळपासून संध्याकाळपर्यंत भटकत असत. अशा निष्फळ शोधात अनेक महिने गेले. ते जात तिथं फलक असायचा– 'नो व्हेकन्सी' किंवा 'कारखाना बंद.' बंद पडलेल्या किंवा बंद पडणाऱ्या व्यवसायांच्या संख्येत सतत वाढ होत होती आणि नवीन रोजगार निर्माण होत नव्हते, असा त्याचा अर्थ होता. दुसरा पर्याय नसल्यानं नोकरी गेलेल्या काही कामगारांनी स्वत:चं छोटं दुकान किंवा व्यवसाय सुरू केला. मोहननंही लहानसं स्टेशनरीचं दुकान सुरू करण्याचा प्रयत्न केला. त्यासाठी ऊर्मिलाच्या लग्नासाठी मोठ्या कष्टानं जमवलेले पैसे वापरावे लागले. दुर्दैवानं बऱ्याच कामगारांकडे धंद्याचं कसब नव्हतं. शिवाय, बाजारात एक साचलेपणा आला होता आणि नवीन उद्योगाला पोषक वातावरणही नव्हते. परिणामी, मोहनचं दुकान चाललं नाही आणि इतर बऱ्याच लोकांप्रमाणे त्याचीही सर्व गुंतवणूक बुडीतखाती जमा झाली. त्याच्या कुटुंबासाठी हा मोठा धक्का होता. त्या वर्षी ऊर्मिलाचं लग्न लांबणीवर टाकावं लागलं. मनीष आणि मंजूला खासगी शाळेतून काढून सरकारी शाळेत घालावं लागलं. शकुंतलेच्या स्वप्नांची शकलं होऊ लागली.

आपल्या पायाखालील जमीन हळूहळू खचते आहे याची शकुंतलेला जाणीव झाली. मोहनची बेराजगारी, तीव्र आर्थिक कोंडीशी करावा लागणारा सामना आणि त्यामुळे मुलांनी चांगल्या शिक्षणापासून वंचित राहणं... निराश होण्यासाठी ही कारणं पुरेशी होती. पण निराश होऊन आरामात बसण्याची चैन तिला परवडणारी नव्हती. ह्या कठीण काळात घर चालविण्यासाठी तिला धीर एकवटावा लागला. दिवसा पाच घरांत स्वयंपाक करून ती दुपारी घरोघर जाऊन कपडे धुण्याची साबण पावडर विकू लागली. एका पाकिटामागे तिला दोन रुपये मिळत. अविवाहित मुलींना कामासाठी घराबाहेर पाठवणं त्यांना योग्य वाटत नसल्यानं कमावण्याची मुख्य जबाबदारी तिच्याच खांद्यावर पडली. पहाटेपासून संध्याकाळपर्यंत

राबराबूनही होणारी कमाई त्यांच्या कुटुंबाच्या मूलभूत गरजा भागवायलाही अपुरी पडू लागली. कमाई आणि खर्च यामधील वाढणारी दरी भरून काढण्यासाठी ती रात्री उशिरापर्यंत जागून नणंदांना भरतकामात मदतदेखील करू लागली. साहजिकच तिला आणखी कशासाठी वेळच उरत नसे, अगदी मुलांसाठीही. कमल तलावाकडे नियमित फिरायला जाणं बंदच पडलं. खरं म्हणजे, दिवसभराच्या घाण्यातून पिळून गेल्यानंतर तिला तिथं मिळणाऱ्या मानसिक व शारीरिक विश्रांतीची आता तर जास्त गरज होती.

कुटुंबाची आर्थिक परिस्थिती खालावत चालली, तसे कुटुंबातील ताणतणाव वाढले. ह्या सर्वांचा मोहनवर खोल परिणाम होऊ लागला. कारण आपण कुटुंबाच्या पोषणकर्त्याची भूमिका पार पाडू शकत नाही, हे त्याला डाचू लागलं. रोजगार शोधू न शकल्यामुळे आणि दुकानात पैसे गमावल्यावर मोहन निरुद्देशपणे भटकू लागला. फक्त जेवण्यापुरता तो घरी येई आणि कुणाशी एक शब्द न बोलता पुन्हा निघून जाई. त्याला निद्रानाश, डोकेदुखी आणि भूक न लागण्याचा त्रास सुरू झाला. शकुंतलेला आता मोहनची काळजी वाटू लागली. अनेक बेरोजगार कामगार दारूच्या व्यसनात अडकले होते आणि काही जणांनी तर आत्महत्या केली होती, हे सर्वांना ठाऊक होतं. सद्य परिस्थितीवर मात करण्यासाठी आर्थिक स्रोताबरोबरच मोहनसाठी काही योग्य काम मिळणं आवश्यक आहे याची तिला जाणीव झाली. मोहनच्या काही सहकाऱ्यांनी कर्ज काढून रिक्षा घेतली होती. शकुंतलेनंही मोहनला कर्ज काढून रिक्षा घेण्यास राजी केलं.

रिक्षा विकत घेतल्यानंतर आता बरे दिवस येतील, अशी त्या कुटुंबाला आशा होती. पण थोड्याच दिवसांत असं लक्षात आलं की, या व्यवसायातही पैशांची आवक जास्त नाही. कारखाने बंद पडल्यानंतर रिक्षांच्या संख्येतही एकदम वाढ झाली होती, त्यामुळे ह्या व्यवसायातही टिकाव धरणं अवघड होतं. कर्जावरील व्याज खूप होतं, त्यामानानं व्यवसायातील आवक कमी होती. व्याज भागवण्यापुरती आणि थोडं मुद्दल वळतं होण्याइतपत कमाई व्हायची. तरी मोहन दिवसातील बारा-बारा तास रिक्षा चालवी. दरम्यान, ऊर्मिलाचं लग्न एक वर्ष पुढं ढकलण्यास कबूल झालेल्या सासरच्या लोकांची आता आणखी थांबण्याची तयारी नव्हती. मोहनचं मत होतं की, ते लोक थांबायला तयार नसतील तर हे लग्न मोडावं, कारण लग्नाचा खर्च करणं शक्यच नव्हतं. खेरीज, त्याच्या बहिणींच्या भरतकामातून मिळणाऱ्या पैशांची रिक्षाचं कर्ज फेडण्यास मदत होई. पण शकुंतलानं असं करण्यास आडकाठी केली. ऊर्मिला आणि पारो दोघींची लग्नं व्हायलाच हवीत, कारण दोघींचंही लग्नाचं वय उलटून गेलंय; त्यांचं बस्तान बसवून देणं, ही आपली जबाबदारी आहे, असं तिचं म्हणणं होतं.

शकुंतलेच्या आग्रहामुळे पारोचंही लग्न घाईघाईनं ठरवण्यात आलं आणि खर्च वाचवण्यासाठी दोन्ही बहिणींची लग्नं एकाच मांडवात करायची ठरली. त्यांच्या लग्नासाठी अन् हुंडा देण्यासाठी त्या कुटुंबानं आणखी कर्ज काढलं. ह्या वेळी एका खासगी सावकाराकडून चढ्या व्याजदरानं कर्ज काढलं होतं. त्यासाठी मोहनच्या वडिलांचं लहानसं, जुनं घर गहाण ठेवलं. त्यामुळे आता त्यांचं कर्ज प्रमाणाबाहेर वाढलं होतं.

मोहन खूप मेहनत करी, परंतु व्याज आणि मुदलाच्या हप्त्याची वाढती रक्कम फेडणं अशक्य होत चाललं. आता तो मध्यरात्रीनंतरही रिक्षा चालवे, पण तरीही व्याजाचा डोंगर वाढतच चालला. पारो आणि ऊर्मिला दोघीही गेल्यामुळे भरतकामाचा पैसा येणं बंद झालं. लवकरच ते कुटुंब कर्जाच्या विळख्यात अडकलं. शेवटी, कर्जाचे हप्ते वारंवार थकल्यामुळे रिक्षा जप्त करण्यात आली. यामुळे मोहनच्या मनात अपयशी ठरल्याचा भयंकर गंड दाटून आला. जीव तोडून केलेली मेहनत, झोप न घेता घालवलेल्या रात्री, थकवा आणि काळजी यांनी आपला प्रभाव दाखवायला सुरुवात केली. सगळंच हाताबाहेर जातंय वाटू लागलं आणि घरही गमावण्याची दाट शक्यता निर्माण झाली. मोहनला हा ताण सहन होईना. आस्ते-आस्ते तो त्याला बळी पडला. वाढत्या वैफल्याला वाट करून देण्यासाठी त्यानं नेहमीचा, सहज उपलब्ध असा मार्ग निवडला. आव्हानाचा सामना करण्याऐवजी स्वत:ची कीव करून रडणं आणि इतरांना दोष देणं सोईचं होतं. सगळ्यातून सुटका करून घेण्यासाठी दुकानातून घेतलेल्या झोपेच्या गोळ्या घेऊन तो दिवस घालवू लागला. पूर्ण दिवसभर तो झोपून तरी राही किंवा जागा असल्यास सर्वांवर चिडत असे.

आता मोहन पूर्णपणे बदलून गेला. एके काळी आनंदी अन् मायाळू असणारा मोहन आता उदास आणि भावनाशून्य झाला. मुलांचा अभ्यास घेणं तर त्यानं कधीच सोडून दिलं होतं. त्याऐवजी आता लहान-सहान कारणांवरून तो मुलांना मारू लागला– आणि आपल्या आई-वडिलांवरही ओरडू लागला. विशेषत: शकुंतलेला तो फार पिडायचा. तिच्यावर रुबाब गाजवणं सहज शक्य होतं. मोहनच्या वागण्यामुळे घरातील वातावरण उदास होऊ लागलं. कमल तलावाकडील नियमित सहली, सण साजरे करणं आणि उन्हाळ्याच्या सुट्टीत बाहेरगावी जाणं, हे सारं काही आता अप्राप्य स्वप्नाप्रमाणे वाटू लागलं. ते सर्व जण परिस्थितीचे बळी ठरले होते– अशा परिस्थितीचे– जी त्यांच्या आवाक्याबाहेरची होती.

असं असूनही शकुंतलेनं परिस्थितीशी दोन हात करण्याचे प्रयत्न सोडले नाहीत. अर्थात, हा एक पर्याय तिच्यासमोर होता. एकटीनं ह्या सर्व आव्हानांना शूरपणे सामोरं जाणं, सर्वांना आनंदी ठेवण्याचा अन् मनीष-मंजूला जपण्याचा ती

आटोकाट प्रयत्न करत होती. जीवतोड मेहनत आणि आर्थिक तगाद्यांचा ताण यांच्यापेक्षा मोहनच्या खचण्याची तिला जास्त काळजी लागली होती. तिनं कितीही प्रयत्न केले, तरी मोहन आपल्या निराशेच्या गर्तेतून बाहेर पडण्यास तयार झाला नाही. तिनं प्रयत्न वाढवले, तसतसा तो तिच्यावर जास्तच रोष धरू लागला. हळूहळू त्यांच्यामधील संवाद संपून गेला. शकुंतला निराश होऊ लागली. आशेनं बघावं, असं तिचं कुणीच नव्हतं. तिचा धीर खचू लागला. तिला बाकी काही नको होतं; हवा होता मोहनचा एक प्रेमाचा शब्द, एक आश्वासक कटाक्ष, फक्त थोडासा पाठिंबा अन् तुझंही दुःख मला उमजतंय याची पोचपावती. एवढं मिळालं असतं, तर तिनं यावरही मात केली असती. पण तसं व्हायचं नव्हतं. उलट, मोहन जास्तच खुनशी बनत चालला होता. तो तिची मुळीच पर्वा करत नव्हता. आपल्या वैफल्याला सहज वाट करून देण्यासाठी झोपेच्या गोळ्या आणि शकुंतला हे त्याचे दोन मार्ग होते.

मोहन अधिकाधिक आक्रमक बनत चालला होता; पण शकुंतला मात्र सून, पत्नी, आई आणि पोषणकर्त्याचीही आपली भूमिका कर्तव्यबुद्धीनं पार पाडत होती. तिचे मामा अधूनमधून त्यांना मदत करत, पण ती पुरेशी नव्हती. दिवसेन् दिवस तिच्यावरील ताण वाढू लागला. तिची दमछाक होऊ लागली, पण तरीही तिनं आपली लढण्याची जिद्द सोडली नाही. तिला स्वतःलाच पाठिंब्याची गरज होती; तरीही ती इतरांचा आधारस्तंभ बनून राहिली, त्या कुटुंबाचं सारथ्य करत राहिली. स्वतः निराश असली, तरी मुलांसाठी तरी तिला आनंदी दिसणं आवश्यक होतं. तिच्या खऱ्या भावना आणि तिला करावा लागणारा अभिनय यातील दरी दिवसेन्दिवस रुंदावत चालली होती.

अशा कसोटीच्या वेळी, शकुंतला आपला समजूतदारपणा टिकवून ठेवण्याची धडपड करीत असताना, एके रात्री मोहन खूप उशिरा घरी आला. शकुंतलेनं याचं कारण विचारताच तो बेभान झाला आणि त्याने तिच्यावर ओरडायला सुरुवात केली. तिनं त्याला शांत करण्याचा प्रयत्न केला, तेव्हा त्यानं निर्दयीपणे तिला ढकललं. त्यानं तिला या पद्धतीनं हात लावण्याची ही पहिली घटना होती. शकुंतलेला धक्का बसला. मुलांपुढे तरी नीट वागण्याची तिनं मोहनला विनंती केली. मोहनच्या डोक्यात तिडीक गेली. त्याला बायकोकडून चांगल्या वागणुकीबद्दल धडे घेण्याची गरज नव्हती. त्यानंतर तो तिला दूषणं देऊ लागला– तुझ्यामुळेच संसार उद्ध्वस्त झाला. तुझ्या इच्छेपायी मुलांना इंग्लिश शाळेला पाठवावं लागलं अन् त्यासाठी दागिने विकावे लागले. तूच मला रिक्षासाठी कर्ज घ्यायची गळ घातलीस अन् आता तेही पैसे बुडले. ऊर्मिला अन् पारोची लग्नं करायची तुझीच इच्छा होती आणि त्यापायी आता घर रिकामं करण्याचं फर्मान मिळालंय.

त्या दिवशी मोहनला खासगी सावकारानं बोलावलं होतं आणि एका महिन्यात आपलं देणं फेडलं नाही, तर घर सोडायला सांगितलं होतं. बायकोला चांगला धडा शिकवायचा, असा निश्चय करूनच तो घरी आला होता. विफल मन:स्थितीत त्याला असं वाटू लागलं होतं की, तिनंच आपल्या इच्छा पूर्ण करण्यासाठी सर्व कुटुंबाला दु:खाच्या दरीत लोटून दिलंय. त्या काळरात्री त्यानं शकुंतलेचा अपमान करण्यात काही कसूर ठेवली नाही. त्याला स्वत:लाच त्रास होऊ नये म्हणून जेव्हा तिनं त्याला स्वत:वर ताबा ठेवण्याची विनंती केली, तेव्हा त्यानं तिला ढकलून दिलं. सर्व कुटुंबासमोर तो तिच्यावर ओरडत आणि किंचाळत राहिला. शेवटी थकून तो खाली कोसळला.

त्या रात्री शकुंतलेची जीवनेच्छा संपून गेली. एक गृहिणी म्हणून आपल्याला आयुष्यात अपयश आलं, असं तिला वाटलं. 'आपल्या प्रियजनांना आसरा देता येत नसेल, तर जीवनाला काय अर्थ आहे? इच्छा-आकांक्षा जोपासण्याची आणि त्या पूर्ण करण्यासाठी मूर्खाप्रमाणे सर्व कुटुंबाला कर्जात ढकलण्याची माझ्या हातून चूकच झाली. अशक्य गोष्टी प्राप्त करण्यासाठी प्रयत्न केले, हा अविचार झाला. मी मनातून सर्वांचं भलं चिंतलं असलं, तरी माझ्यामुळेच संसाराला उतरती कळा लागली. माझ्यामुळेच त्यांना आपलं एकुलतं एक घरही गमवावं लागेल आणि आम्ही सर्व जण रस्त्यावर येऊ. कुठं जाणार आम्ही? माझ्या मुलांचं काय होईल? डोक्यावर छप्पर नसेल तर ती कशी जगतील?' घराचा आसरा अन् सुरक्षितता नाही म्हटल्यावर शकुंतलेच्या मनात उघड्यावर पडल्याची भावना उफाळून आली. ती पराभूत झाली. 'ही सर्व माझीच चूक आहे. यातून काहीच मार्ग दिसत नाही... सर्व दरवाजे बंद झालेत.' ती कोंडीत अडकली. त्या रात्री सर्व जण झोपल्यावर शकुंतला उठली. तिनं मुलांना उचललं आणि शांतपणे कमल तलावाच्या दिशेनं चालू लागली. तिथं तिनं मंजू आणि मनीषला छातीशी धरलं अन् पाण्यात उडी मारली.

पाण्यात जड काही तरी पडल्याचा आवाज ऐकताच लगेच तेथील रक्षकाच्या लक्षात आलं की, काही तरी अघटित घडलं आहे. अशा रात्रीच्या वेळी पाण्यातील 'धप्प' आवाजाचा अर्थ काय, हे त्याला नीट ठाऊक होतं. कमल तलावाच्या सान्निध्यात स्त्रियांना मुक्ती मिळत असे – अनेक अर्थांनी. त्या तलावातील आत्महत्यांचे प्रमाण वाढल्यापासून नगरपालिकेनं तिथं तीन रक्षक नेमले होते. लोकांना बुडी मारण्यापासून रोखणं आणि बुडणाऱ्यांना वाचवणं, हे त्यांचं काम होतं. जमाल नावाचा तो रक्षक सहा वर्षांपासून तिथं कामाला होता. असले अभद्र आवाज तो चांगले ओळखून होता.

'धप्प' आवाज ऐकताच दिवा आणि रबरी टायर घेऊन जमाल त्या जागेपाशी

धावला. त्यानं पट्कन तळ्यात उडी घेतली आणि हिकमतीनं शकुंतलेला ओढत बाहेर घेऊन आला. बेशुद्धावस्थेतील शकुंतलेला दवाखान्यात हलवलं गेलं. आणखी एक जीव वाचवला, म्हणून जमाल स्वत:वरच खूश झाला. दुसऱ्यांचा जीव वाचवण्यासाठी स्वत:चा जीव धोक्यात घालणाऱ्या या रक्षकाला दुर्दैवानं हे समजलं नाही की, शकुंतलेनं दोन मुलांसह उडी मारली आहे. दुसऱ्या दिवशी तलावाच्या काठावर मंजू आणि मनीषची कलेवरं आढळून आली.

डॉक्टर शकुंतलेला वाचवू शकले; पण तिच्यात पुन्हा कधीच जीव आला नाही. मनाला धक्का बसलेल्या स्थितीत तिला दवाखान्यातच अटक झाली. तिच्यावर दोन गुन्ह्यांचा आरोप ठेवला गेला– आत्महत्येचा प्रयत्न करणं आणि स्वत:च्या दोन मुलांचा खून करणं. न्यायालयानं तिला दोन्ही आरोपांत दोषी ठरवलं आणि जन्मठेपेची शिक्षा दिली. ह्या वेळी न्यायदानाला विलंब झाला नाही. न्यायालयानं आपलं कर्तव्य चोखपणे पार पाडलं. मृत्यू इच्छिणाऱ्या स्त्रीला त्यांनी आयुष्य भोगण्याची शिक्षा दिली होती.

तुरुंगात नऊ दीर्घ वर्षं सरली. शकुंतला आपली शिक्षा संपण्याची शांतपणे वाट पाहत होती. त्यानंतर तिला आपली शेवटची इच्छा पूर्ण करायची होती. ही इच्छा तिनं अजूनही गुप्तपणे जोपासली होती. कैदेतून सुटल्यावर ती थेट कमल तलावाकडे जाणार होती– त्या शांत पाण्यात आपल्या जीवनाची अखेर करण्यासाठी. तुरुंगात मरणं शक्य नसतं. तुरुंगाधिकाऱ्यांना कैद्याच्या जीवाची खूप काळजी असते, अशातला भाग नाही; पण त्यांना ह्यासंबंधी डोळ्यांत तेल घालून खबरदारी घ्यावी लागते. कुणीही आत्महत्या करू नये, असा कायदा आहे. म्हणूनच किल्ल्यासारख्या तुरुंगाचे छत खूप उंच असते; जेणेकरून गळफास घेणं शक्य होऊ नये. तुरुंगात एखादं धारदार पातं किंवा कात्रीही बाळगणं शक्य नसतं, विषाचा तर प्रश्नच नाही. एखाद्यानं उपास केला तरी त्याला जबरदस्तीनं अन्न भरवतात. सर्वांवर कडी म्हणजे, आत्महत्या करता येऊ नये म्हणून कुणालाही क्षणभरही एकटं सोडत नाहीत.

अशा प्रकारे आता शकुंतलेचं आयुष्य रेंगाळत होतं, फक्त शेवटची इच्छा पूर्ण करण्याच्या हेतूनं. केवळ मृत्यूची आसच आता तिच्या जगण्याचं निमित्त होतं.

ही केवळ पुरुषांची दुनिया नव्हे

आमचं एकमेकींशी खरं तर काहीच देणं-घेणं नव्हतं, पण दैवानं आम्हाला एकत्र आणलं. मी आमच्या राज्याच्या एका टोकाला राहणारी, तर रंगू दुसऱ्या टोकाला. पण दीर्घ मुदतीची शिक्षा झालेल्या गुन्हेगारांसाठी राज्यात फार थोडे तुरूंग आहेत. त्यामुळे आम्हा दोघींना घरापासून दूरच्या ह्या तुरुंगात ठेवण्यात आलंय. पण आम्ही दोघी एकत्र आलो ते बरंच झालं. आता आम्ही जिवलग मैत्रिणी झालोत. इथून सुटल्यानंतरही एकत्र राहायचं ठरवलंय आम्ही. तुरुंगाच्या अधिकाऱ्यांनाही आमची जोडी मान्य आहे, हे बरंय; कारण त्यामुळे ते आम्हाला विलग करत नाहीत. आम्हाला एकाच बराकीत ठेवलंय. आमचं एकमेकींशी इतकं जमायचं कारण म्हणजे आम्हा दोघींनाही साधारण एकाच वेळी, आठवडाभराच्या अंतरानं ह्या तुरुंगात आणलं गेलं. आमच्या शिक्षेची मुदतही एकाच वर्षी संपते. आम्हा दोघींनाही सारख्याच दु:खातून जावं लागलंय. त्यामुळे आम्ही एकमेकींच्या भावना चांगल्या प्रकारे समजू शकतो. म्हणजे काय की, आम्ही दोघींनी आपापल्या नवऱ्यांपासून स्वत:ची सुटका करून घेतलीय! फरक फक्त एवढाच की, तिला त्याचा पश्चात्ताप होतो आणि मला होत नाही.

माझी चूक कोणती? तर, मी दोनदा लग्न केलं. एकदा केलं तेच पुरेसं व्हायला हवं होतं. माझा पहिला नवरा जरी दुष्ट नव्हता आणि न आवडण्यासारखं असं काही जरी त्याच्यात नव्हतं, तरी आवडण्यासारखंही काही नव्हतं. माझे आई-वडील आणि सासू-सासरे सर्व जण एकाच खेड्यात राहत आणि आम्ही सर्व शेतमजूर होतो. शेतीचं काम मोसमी असतं. त्यामुळे बिगरमोसमात आमच्यातील पुरुषलोक मिळेल ते काम करतात– रस्ते बांधणीवरील किंवा इमारत बांधणीवरील. त्यामुळे मी माझ्या नवऱ्यासोबत फक्त सहा महिने राहत असे. माझ्या आयुष्यातील एकमेव चांगली गोष्ट म्हणजे, आमच्या लग्नानंतर लवकरच आम्हाला मुलगा झाला. आम्ही त्याचं नाव भोलू ठेवलं.

माझ्या मते, लग्न हे मुलं जन्माला घालण्यापुरतचं असावं. पुरुष अन् स्त्रीला

लग्न केल्यामुळे आयुष्यभर बांधून घालणाऱ्या ह्या चालीरीती कशासाठी आहेत, कोण जाणे! त्यामुळेच आम्हा स्त्रियांना पुरुषांची आज्ञा पाळावी लागते, त्यांना मान द्यावा लागतो आणि त्याचं हवं-नको बघायला लागतं. आणि फक्त नवऱ्याचंच सगळं करून भागत नाही, तर त्याच्या नातलगांचीही सेवा करायला लागते. ही असली व्यवस्था फक्त मनुष्यजातीत आहे. प्राणी-पक्ष्यांत नर आणि मादी केवळ पिल्लं जन्माला घालण्यापुरती एकत्र येतात आणि नंतर आपापल्या वाटेनं निघून जातात. परंतु त्यांच्यातही पिलाला वाढवण्याचं ओझं मादीवर पडतं. पण त्यांना आणखी काही काम करावं लागत नाही. त्यांना फक्त आपली पिल्लं वाढवायची असतात. पण आम्हाला? मुलंही सांभाळा, त्यांचा बापही सांभाळा आणि त्याचं सारं खानदानही! माझ्या मते, प्राण्यांची मादी आम्हा स्त्रियांपेक्षा सुखी असते आणि त्यांची पिल्लं आमच्या मुलांपेक्षा!

दुर्दैवानं, ही सर्व अक्कल मला आत्ता आली आहे. त्या वेळी मात्र माझ्या पहिल्या नवऱ्याच्या मृत्यूनंतर मी पुन्हा एकदा लग्न करायला होकार देऊन मूर्खपणा केला. माझा पहिला नवरा अचानक वारला. एका इमारतीचं बांधकाम सुरू होतं. तिथं तो लोखंडी सळ्या वरच्या मजल्यावर वाहून नेत होता. त्या सळ्यांचा विजेच्या एका उघड्या तारेला स्पर्श झाला आणि तो जागेवरच खलास झाला. खरं सांगायचं म्हणजे, त्या वेळी माझ्यावर काही आभाळ वगैरे कोसळलं नाही. माझ्या नवऱ्याबद्दल माझ्या विशेष भावना नव्हत्या. आमच्यात तेवढे बंधही नव्हते. आमचं लग्न होऊन फक्त दोन वर्षं झाली होती. आम्ही एकत्र कुटुंबात, लहानशा घरात राहत होतो. त्यामुळे माझ्या आयुष्यातील त्याचं अस्तित्व रात्री थोड्या वेळापुरतं मर्यादित असे आणि मला ते मुळीच आवडत नसे. उर्वरित वेळात आम्ही सारखं काम, काम आणि कामच करत असू. ना कोणता संवाद, ना माया, ना प्रेम. आम्ही कायम लोकांच्या किंवा कामाच्या गराड्यात असायचो. आमच्यात कोणताच भावबंध नव्हता.

माझ्या नवऱ्याच्या मृत्यूनंतर मी भोलूला घेऊन माझ्या माहेरी परत गेले. माझा मुलगा हेच माझं सर्वस्व होतं आणि मला ते पुरेसं होतं. त्याला बापाविना वाढवण्यात मला काही अडचण नव्हती. खरं तर आता त्याच्याकडे लक्ष देणं मला फार सोपं झालं. मी सासरी होते तेव्हा त्याच्याकडे लक्ष द्यायला कुणालाच फुरसत नसायची; उलट इथं माझी आई घरातील इतर मुलांबरोबर भोलूलाही सांभाळे आणि मी मोठ्या माणसांसोबत शेतावर जात असे. माझे भाऊ, भावजया आणि भाचरं असं साऱ्यांचं मिळून आमचं भलंमोठं कुटुंब होतं. ते चालवण्यासाठी आम्ही सर्व जण खपत असू. शेतावरून परत आल्यावर संध्याकाळी माझ्यापाशी भरपूर वेळ असे, तो मी माझ्या मुलासोबत घालवी. घरातील कामाची जबाबदारी

माझ्या एका भावजयीवर होती, कारण ती आमच्यासारखी घराबाहेर कामाला जात नसे. त्यामुळे संध्याकाळी मी मोकळी असायची. अशा प्रकारे सर्व व्यवस्था झाल्यानं मी भोलूसोबत सुखात होते. त्याच्या सोबतीला इतकी सारी मामेभावंडं असल्यानं आणि माया करणारी माझी आई असल्यानं तोही खूश होता. सर्व जण त्याच्याशी प्रेमानं वागत आणि बापाविना पोरका मुलगा असल्यानं त्याचे लाड करत.

माझ्या मूर्खपणामुळे म्हणा अगर दैवामुळे, पण मी पुन्हा लग्न केलं. आमच्या गावातील माझ्यापेक्षा पंचवीस वर्षांनी मोठ्या वयाच्या गावातील शाळा मास्तरांशी! ते भोलूच्या शाळेत शिकवत. त्यांनी यापूर्वी लग्न केलेलं नव्हतं. ते जवळपास पन्नास वर्षांचे होते. मी पदरात एक मूल असलेली विधवा आहे, हे त्यांना ठाऊक होतं; कारण कामावर जाताना मी भोलूला शाळेत सोडून पुढं जात असे. त्यांनी माझा हात माझ्या आई-वडिलांकडे मागितला. पुन्हा लग्न करण्याची माझी इच्छा नव्हती. पण सर्वांनी मला सांगितलं की, माझ्या मुलाचा विचार करता अशी छान मागणी नाकारणं ही घोडचूक ठरेल. माझ्या मुलाला बाप मिळेल. त्याचबरोबर शिक्षक, पालनकर्ता आणि घरही मिळेल. इतकं सगळं सांगूनही मला त्यांच्याशी लग्न करण्याची इच्छा नव्हती. मी माझ्या सध्याच्या जीवनात अतिशय समाधानी होते अन् मला पुरुषाची कमतरता जाणवत नव्हती.

लग्न न करण्यामागील माझी कारणमीमांसा मी सर्वांना समजावून सांगण्याचा खूप प्रयत्न केला, परंतु कुणी समजावून घेईना. सर्वांच्या मते, मी मूर्खपणा करीत होते. ते म्हणाले, ''कम्मू, मास्तरसाहेब मुलाला ज्या प्रकारे शिकवितील आणि मोठा करतील, तसं करणं तुला कधीच शक्य होणार नाही. ते सरकारी नोकर आहेत. त्यामुळे तुझ्या म्हातारपणीदेखील तुझी व्यवस्था होईल. त्यांचं स्वत:चं घर आहे, चांगला पगार आहे; त्यामुळे तुला शेतात राबावं लागणार नाही. भोलूचा भविष्यकाळ उज्ज्वल असेल, इतर मुलांप्रमाणे दिशाहीन नसेल. आत्ताच्या तुझ्या परिस्थितीत भोलूसमोर काय वाढून ठेवलंय– सांग? तोदेखील तुझ्यासारखा रोजंदारीवर मजूर होईल, झालं! पण ते शाळामास्तर त्याचे वडील झाले, तर तोही मोठा झाल्यावर *साहेब* होईल. मूल असलेल्या विधवेशी लग्नाला कोण तयार होईल? दुसऱ्याच्या मुलाची जबाबदारी कोण ओढवून घेईल? ही असली मागणी नाकारलीस, तर तुझ्यासारखी मूर्ख आणि स्वार्थी तूच! कमीत कमी मुलाचा तरी विचार कर. तुझ्यामुळे तो चांगल्या आयुष्याला मुकेल. तू भोलूवर अन्याय करते आहेस.''

अशा प्रकारे माझ्यामागं सतत भुणभुण लावल्यामुळे मलादेखील वाटू लागलं की, मी ह्या शाळा मास्तरांशी लग्न केलं, तर भोलूचं जीवन सुखी होईल. त्याला

ते सुख मिळण्यापासून मीच वंचित ठेवत आहे... मी किती स्वार्थी आहे! अशा प्रकारे लवकरच आमचं लग्न झालं. माझं अंतर्मन मला सांगत होतं की, मी चूक करतेय. तरी पण मी मास्तरसाहेबांच्या घरी बस्तान हलवलं. सुरुवातीला सर्व काही सुरळीत होतं. त्यामुळे माझी भीती अनाठायी होती, असं मला वाटू लागलं. माझ्या या नव्या नवऱ्यानं माझ्याकडे कसलीच मागणी केली नव्हती. बदल्यात काहीही न मागता आमच्या सर्व गरजा पूर्ण करीत होता. तो रात्रीदेखील माझ्याजवळ येत नसे. हे जरा विचित्रच वाटत होतं. पण मला वाटलं की, त्यानं ते वय पार केलंय आणि त्याला फक्त घर सांभाळण्यासाठी व स्वयंपाक करण्यासाठीच माझी गरज आहे. ही व्यवस्था तर माझ्या दृष्टीनं चांगलीच होती. म्हणजे, मला नवऱ्याचा काही त्रास होणार नाही तर! माझी आणि माझ्या मुलाची यापेक्षा चांगली व्यवस्था होऊच शकली नसती.

मास्तरसाहेब बहुतांश वेळ माझ्याकडे दुर्लक्ष करीत, पण भोलूकडे मात्र ते विशेष लक्ष पुरवीत. त्यांना माझ्या मुलाचा लळा लागलाय, हे पाहून मला आनंद झाला. त्यांच्याशी लग्न करण्याचा निर्णय घेतला, त्याचा मला मनापासून आनंद झाला. मात्र एक गोष्ट खटकत होती : भोलू मात्र खूष वाटत नव्हता. पहिल्या-पहिल्यांदा मी तिकडे दुर्लक्ष केलं. कारण नवीन बाप, नवीन घर आणि वातावरणातील बदलामुळे मुलाच्या मनात द्वेष असणं स्वाभाविक आहे, अशी मी समजूत करून घेतली. त्याला त्याच्या भावंडांची, भरलेल्या घराची आणि आपल्या आजीची आठवण येत असावी. त्यांच्याशी त्याची खूपच जवळीक होती. याच कारणासाठी आम्ही वरचेवर माझ्या माहेरी जात असू. पण त्याच्या चेहऱ्यावर कायम एक प्रकारचं दुःख जाणवे. तो पूर्वीसारखा खेळत नसे, खळखळून हसत नसे. तो गप्प-गप्प राहू लागला आणि तुसडा झाला.

भोलूच्या अशा वागणुकीमुळे आता मला खूप काळजी वाटू लागली. अचानक त्यानं अंथरूण ओलं करायला सुरुवात केली. यापूर्वी असं कधीच झालं नव्हतं, त्यामुळे हे मला विचित्र वाटू लागलं. आम्ही त्याला आमच्या वैदूकडे घेऊन गेलो आणि डॉक्टरांकडेही. पण काहीच फरक पडला नाही. तो ठीक झालाच नाही. अधूनमधून तर त्याला तापही येऊ लागला. तो शाळेत जायला तयार होईना आणि जबरदस्ती केली तर रडू लागला. यापूर्वी शाळेत जायला त्याची कधीच कुरकुर नसे. तो नीट खातपीतही नसे. त्यामुळे मला त्याला बळे-बळे भरवावे लागे. हे सगळं गंभीर होतं. धोक्याचा इशारा होता. त्याचं काय बिनसलंय, हे कळायला काहीच मार्ग नव्हता. दर खेपेला मी विचारलं की, तो भावशून्य चेहऱ्यानं माझ्याकडे पाहायचा. जेव्हा तो मला टाळू लागला, तेव्हा मला वाटलं की, तो या पद्धतीनं त्याचा राग व्यक्त करतोय. मी पुन्हा लग्न केलं

आणि त्याचं आवडतं आयुष्य हिरावून घेतलं, म्हणून तो माझ्यावर रागावलाय, असं मला वाटलं. पण माझी आई म्हणाली की, या प्रकारे विचार करणं मूर्खपणाचं आहे. त्याच्या वयाच्या मुलाला इतकं सारं कुठलं कळायला? भोलू केवळ आठ वर्षांचा होता.

कारण काहीही असो– मी माझ्या मुलाला गमावत चालले होते, हे मात्र नक्की. मी याबाबत वरचेवर माझ्या आईशी बोलत असे. पण तिलाही समजेना की, त्याला झालंय तरी काय? भोलूला दोन्ही घरच्या चांगल्या गोष्टी मिळाल्या होत्या. चांगलं घरही मिळालं होतं आणि हवं तेव्हा आजी-आजोबांना भेटता येत होतं. मास्तरसाहेब तर त्याला छान-छान गोळ्या अन् खेळणी भरभरून आणून देत. अशा परिस्थितीत सामान्यपणे मुलगा आनंदी राहायला हवा. पण भोलू मुळीच आनंदी नव्हता आणि तो माझ्यापासून दूर जात होता. परंतु त्याच्या वडलांशी त्याची जवळीक होत आहे, असं दिसू लागलं. त्यांचे वडील सांगतील ते सर्व तो बिनबोभाट करू लागला अन् मला मात्र कायम नकार देऊ लागला. बऱ्याचदा मास्तरसाहेब त्याला आपल्या खोलीत झोपायला बोलवत, तेव्हा तो जात असे. माझी आई म्हणाली की, हे चांगलं लक्षण आहे. कारण अखेर तो वडिलांचा स्वीकार करतोय, असं दिसतंय. त्याच्या वयाच्या मुलांना आईपेक्षा वडिलांची जास्त गरज असते. त्याचा जम बसू लागलाय असं वाटून तिनं मला 'काळजी करू नकोस', असा दिलासा दिला. पण माझ्या मनात अजूनही शंका होती. भोलू आपल्या स्वत:च्या आईपासून का दूर जावा? अचानक तो एवढा का बदलावा?

अखेर मी ठरवलं की, त्याच्यावर बारीक नजर ठेवायची आणि काय झालंय ते शोधून काढायचं. एके रात्री मास्तरसाहेबांनी भोलूला झोपायला बोलावलं, त्या वेळी मी जागी राहिले. मध्यरात्रीनंतर मी त्यांच्या खोलीपाशी गेले आणि दार ढकललं. दाराला आतून कडी होती. मी जोरजोरानं दार ठोठावलं; मास्तरसाहेबांनी दार उघडायला बराच वेळ लावला. हे खरंच विचित्र होतं. दाराला आतून कडी का घातली असावी? दार उघडायला इतका वेळ का लागावा? आणि आश्चर्य म्हणजे, तितक्या रात्रीदेखील भोलू जागा होता आणि त्याचा चेहरा अश्रूंनी भिजला होता. काय झालं, म्हणून मी त्याला विचारल्यावर पुन्हा एकदा त्याच्या डोळ्यांत तोच शून्य भाव आला. मास्तरसाहेब मला म्हणाले, ''भोलूला भीतीदायक स्वप्न पडलं आणि तो रडत जागा झाला. तू दरवाजा वाजवलास, तेव्हा मी त्याला झोपवण्याचा प्रयत्न करत होतो.'' पण माझा संशय वाढला अन् त्या रात्रीनंतर मी माझ्या मुलाला मास्तरसाहेबांसोबत झोपू देईनाशी झाले.

माझ्या मनात शेकडो विचार येऊ लागले. फक्त माझ्या शंकेला पुरावा हवा

होता. एके दिवशी माझ्या माहेरची माणसं जवळच्या गावात एक दिवस जाणार होती. मी मास्तरसाहेबांना सांगितलं की, मी त्यांच्याबरोबर जाणार आहे. पण भोलूची शाळा चुकेल म्हणून मी त्याला नेणार नाहीये. त्यांनी तत्परतेनं होकार दिला. त्या दिवशी मी माळ्यावर लपून बसले आणि माझ्या आईनं घराला बाहेरून कुलूप घातलं. मास्तरसाहेब भोलूसह शाळेतून आले, तेव्हा त्यांना दाराला कुलूप दिसलं. त्यांना वाटलं, मी माहेरच्यांबरोबर गेले असणार. त्यांच्याजवळ जादाची किल्ली होती. तिनं दार उघडून ते घरात आले. माळ्यावरून त्यांच्या बहुतेक हालचाली दिसू शकत होत्या. पहिल्यांदा शंका येण्यासारखं काहीच वेगळं दिसलं नाही. भोलूनं थोडंफार खाणं खाल्लं आणि तो खेळायला गेला. मास्तरसाहेबांनी अंघोळ केली आणि ते पेपर वाचत बसले.

काही वेळानंतर मास्तरसाहेब बाहेर गेले आणि त्यांनी भोलूला हाक मारली. ते भोलूला आत घेऊन आले, मुख्य दाराला कडी घातली आणि त्याला आपल्या खोलीत घेऊन गेले. आता माळ्यावरून तिथलं काही दिसत नव्हतं. मी काही वेळ जाऊ दिला आणि नंतर हातात एक हातोडा घेऊन आवाज न करता खाली उतरले. ह्या खेपेस त्यांच्या खोलीचं दार आतून बंद नव्हतं. त्यांच्या दृष्टीनं ते दोघंच घरात होते आणि बाहेरच्या दाराला कडी घातली होती. अंतर्मनाच्या जाणिवेमुळे पुढ्यात काय वाढून ठेवलं असणार, हे मला ठाऊक होतं; तरी प्रत्यक्षात जे दृश्य दिसलं, त्यानं माझा थरकाप उडाला. मास्तरसाहेब माझ्या मुलासह नग्नावस्थेत होते. त्यांनी भोलूचे कपडे उतरवले होते आणि त्याच्याशी अतिशय घृणास्पद कृत्य करत होते. एखाद्या लहान मुलाला इतक्या दुःखात, इतक्या असहाय परिस्थितीत मी कधीच पाहिलं नव्हतं. भोलू मूकपणे रडत होता, पण त्याच्या चेहऱ्यावरून अश्रूंचे ओघळ वाहत होते. कारण... कारण त्याच्या ओठांवर चिकटपट्टी लावली होती आणि त्याचे हात दोरीनं बांधले होते.

ते दृश्य डोळ्यांपुढं उभं राहिलं तरी अजूनही माझ्या जिवाचा थरकाप उडतो. मी त्या भीतीवर कधीच मात करू शकणार नाही. माझ्या स्मृतीतूनही ते कधी जाणार नाही. आजही त्याचा विचार येताच माझं रक्त उसळतं. मग त्या क्षणी माझी काय स्थिती झाली असेल याची कल्पना करा. मी मुलाकडे धावले, त्या मास्तरांच्या तावडीतून त्याला खेचून घेतलं आणि हातोडीनं त्या निर्दयी माणसाचं डोकं फोडलं. मला पश्चात्ताप होत नाही; मी सैतानाच्या तावडीतून कायमची सुटका करून घेतलीय.

कम्मूनं मला पहिल्यांदा ही गोष्ट सांगितली, तेव्हा माझ्या तोंडून शब्द फुटेना. तिला व तिच्या मुलाला काय सहन करावं लागलं, ते ऐकून मला इतकं

दुःख झालं म्हणून सांगू! माझी कहाणी वेगळीच आहे. कदाचित मी स्वतःला आवरायला हवं होतं. पहिल्यांदा मी कम्मूला माझी कहाणी सांगायला राजी नव्हते. तिनं खूप आग्रह केल्यानंतर मी सावकाश माझी कथा सांगू लागले...

माझा नवरा म्हणजे आमच्या खेड्यातील बडी असामी होती. गावच्या ग्रामपंचायतीची निवडणूक जिंकून तो पंचायत सदस्य झाला होता. तो मोठ्या जमीनदार कुटुंबातील होता. तो बऱ्याच राजकीय कामकाजात गुंतलेला असायचा, त्यामुळे त्याला शेताकडे बघायची फुरसत नसायची. आमच्या कुटुंबातील इतर लोक शेतात खूप राबायचे, पण हा राबत नसे. माझे सासरे चाणाक्ष होते. त्यांच्या लक्षात आलं की, अशानं कुटुंबात धुसफूस सुरू होईल. म्हणून त्यांनी मुलांना जमिनीची वाटणी करून दिली. वाटणी झाल्यावर माझे सासू-सासरे माझ्या दिराकडे राहण्यास गेले. आता आमच्या वाट्याच्या जमिनीवर राबून आमच्या पोटापाण्याची सोय आम्हालाच करावी लागणार होती. आम्ही वेगळे झाल्यावर तरी नवऱ्यानं काही तास आमच्या जमिनीसाठी वेळ द्यायला हवा होता. पण तो काही तसं करेना. तो पक्षाच्या कामात जास्तच गुंतत चालला. कारण आता त्याच्यावर लक्ष देऊन वचक ठेवणारं कुणीच नव्हतं.

आम्हाला कधीच नफा झाला नाही. जमीनदार असलो तरी आमच्याकडे पैशाची चणचण कायम असे. त्यामुळे पोटापुरतं कमावण्यासाठी मी शेताकडे लक्ष द्यायला सुरुवात केली. मला चार मुलं होती. त्यांना सांभाळण्याची गरज होती. शिवाय घरकाम आणि गुरांची देखभालही करायची होतीच. तरीपण शेतात धान्य पिकवण्याची जबाबदारी घेतल्यावाचून माझ्यापुढं पर्याय नव्हता. खूप काम करावं लागे. पिकाचं नियोजन करणं, बियाणं-खतं विकत आणणं, पेरणी, तण काढणं आणि पीक- काढणीवर देखरेख ठेवणं, आलेलं धान्य साफ करून साठवणं, योग्य किंमत लागली की बाजारात विकणं आणि ह्या मानमोड्या व जोखमीच्या व्यवसायातील आणखी जी-जी म्हणून काम असतील, ती सर्व कामे करावी लागत. पहाटेपासून रात्री उशिरापर्यंत मी राब-राब राबायची. खूप अवघड होतं ते; पण मी सगळं जमवलं. मुलांना झोपवल्यानंतर मला काही तास विश्रांती घेता यायची. त्यानंतर पुन्हा फटफटण्याआधी मला गुरांची धार काढायला उठायला लागे आणि सगळा दिनक्रम सुरू होई. माझा नवरा मानसिंग उशिरा उठे, कपडे करी, गरम-गरम जेवण जेवी आणि साधारण दहा वाजता त्याच्या पक्षाच्या कामासाठी मोटरसायकलवरून बाहेर पडे तो थेट रात्री परत येई. आल्यावर परत गरम जेवण हवंच असे. कुटुंबाची काही म्हणून जबाबदारी तो घेत नसे. त्याला फक्त पक्षात रस होता.

माझा नवरा घर चालवण्यात मदत करत नाही, हे मला खुपत नसे. मी

शेत, घर, गुरं सांभाळणं, मुलं वाढवणं, समाजाचे रीतीरिवाज पाळणं वगैरे सर्व करण्यास समर्थ होते. पण त्याच्या राजकीय कामामुळे प्रश्न निर्माण झाला. मानसिंगने तालुकापातळीवरील निवडणूक लढायचं ठरवलं. मी कमावलेला आणि मोठ्या कष्टानं बचत करून साठवलेला पैसा त्याच्या प्रचारावर खर्च झाला. लोकांचे जथेच्या जथे आमच्या घरी दिवसभर येत. त्यामुळे आमच्या स्वयंपाकघराचं सार्वजनिक भटारखान्यात रूपांतर झालं होतं. त्या मोसमात आमच्या घरातील सततच्या धामधुमीमुळे आणि पक्ष-कार्यकर्त्यांची नेहमी सरबराई करायला लागल्यामुळे मी शेताकडे फारसं लक्ष देऊ शकले नाही. परिणामी, साऱ्या गावाचं पीक भरघोस उगवलं तरी आमचं पीक मात्र खुरटलेलं राहिलं. त्यातून शेवटी नवराही त्या निवडणुकीत हरला. सगळा पैसा आणि श्रम पाण्यात गेले. त्यामुळे मी अतिशय चिडले.

तुला माहितीय, आम्हाला चार मुलं होती आणि त्यांच्यासाठी आम्हाला थोडेफार पैसे राखायला पाहिजे होते. त्याच्या बिनकामाच्या उचापतीत असे पैसे उडवणं आम्हाला परवडणारं नव्हतं. त्यामुळे जेव्हा त्यानं आणखी एक निवडणूक लढायचा निश्चय केला– तीही याहीपेक्षा मोठी– तेव्हा मी विरोध केला. त्याला कुणी तरी ठाम विरोध करण्याची ही पहिलीच वेळ होती. मी माझा आवाज त्याच्याविरुद्ध उठवला म्हटल्यावर तो चकित झाला. आजपर्यंत मी नेहमीच त्याच्यापुढं मान तुकवत आले होते, ते त्याच्या अंगवळणी पडलं होतं. त्याच्या दृष्टीनं मी एक गुलाम होते. पण मला माझ्या मुलांचं हित पाहायचं होतं. जपायचं होतं. मी त्याला मन मानेल तसं वागू देणार नव्हते. मानसिंगला हे सहन झालं नाही. "मी पुरुष आहे, कुटुंबप्रमुख आणि मालमत्तेचा मालक; मी मला वाटेल ते करणार. माझ्या कामात ढवळाढवळ करण्याचा बायकोलाही अधिकार नाहीये." त्यानं मला सांगितलंदेखील, "हे माझं घर, माझी जमीन आणि माझा पैसा आहे आणि मी वाट्टेल ते करण्यास मुख्त्यार आहे." मी त्याला आव्हान देत म्हटलं, "हे तुझ्याइतकंच माझंही घर आहे, माझीही जमीन आणि माझाही पैसा आहे. कारण मी हे सर्व सांभाळलं आहे, टिकवलं आहे आणि कुटुंबाला पोसलं आहे." त्यामुळे त्याला राग आला. त्याला मनोमन धडकीही भरली. त्याच्या वडिलोपार्जित मालमत्तेवर मी हक्क सांगीन व ताबा मिळवीन, अशी त्याला भीती वाटली. त्या दिवशी आमचं जोरदार भांडण झालं. त्यानंतर आमच्यात पूर्वीसारखे संबंध उरले नाहीत.

त्याच्या निवडणुकीला पुरवायला माझ्याकडे फारसा पैसा उरलाच नव्हता. जेवढा होता, तोही द्यायला मी नकार दिला. तेव्हा जमिनीचा तुकडा विकून त्यानं पैसा उभा केला. पुन्हा एकदा तो निवडणूक हरला. आतापावेतो आमच्यातील

संबंध इतके ताणले होते की, आम्ही एकमेकांकडे पाहणंही टाळू लागलो होतो. त्यानं कौटुंबिक जबाबदारी कधीच उचलली नव्हती; कधीच काम केलं नव्हतं आणि पैसेही कमावले नव्हते. पण आता मात्र त्याच्यामुळे आम्ही बरबाद होणार होतो. मी हे सहन करू शकले नाही आणि कुणाचा तरी भक्कम आधार शोधू लागले. मी माझ्या सासऱ्यांची गाठ घेतली. त्यांना सांगितलं की, मानसिंग सर्व जमीन विकूनसुद्धा टाकेल, त्यामुळे त्यांनी मानसिंगऐवजी माझ्या मुलांची नावं त्या जमिनीवर लावावीत. माझ्या सासऱ्यांनाही पटलं की, मानसिंगच्या वाट्यातील काही मालमत्तेवर माझ्या मुलांचं किंवा माझं नाव लावलेलं बरं; जेणेकरून जास्तीत जास्त एवढंच होईल की, तो त्याचा स्वतःचा हिस्सा उडवून टाकेल, किमान आमचा हिस्सा तरी आमच्या उपयोगी पडेल. पण दुर्दैवानं ते काहीही करू शकले नाहीत, कारण जमिनीवर मानसिंगचं नाव आधीच नोंदलं होतं.

शेवटी मी मानसिंगला विनंती केली की, थोडी मालमत्ता मुलांच्या नावावर करावी. आमच्या झगड्याचं मूळ कारण म्हणजे, ही मागणी होती. या झगड्यामुळेच मी इथं तुरुंगात येऊन पडले आहे. माझ्या त्या मागणीनं मानसिंग इतका चिडला की, माझ्या मुलांसाठी हिस्सा देणं तर राहिलं बाजूला; उलट तो दुसरी बायको करून घेऊन आला. ती माझ्यापेक्षा तरुण, सुंदर होती. चार मुलांना जन्म देऊन आणि इतकी वर्षे राबराबून मी शिणले-थकले होते. मानसिंग नव्या बायकोबरोबर मजा करायचा; मी घरात अन् शेतात माझ्या मुलांसाठी कष्ट उपसायची. मी माहेरीदेखील जाऊ शकत नव्हते. कारण नवऱ्याशी अगर सासू-सासऱ्यांशी भांडण न करता गेले असते, तरच माझं तिथं स्वागत होणार होतं. माझ्या घरी मला काही त्रास नाही याची खात्री असती, तरच त्यांनी माझं स्वागत केलं असतं. पण मी भांडण करून तिथं आलीय, असं समजताच त्यांनी मला राहू दिलं नसतं. ते म्हणाले असते, 'पहिल्यांदा तुझं भांडण मिटव आणि तू सुखी झालीस की मगच इथं ये. तुझ्या सासरच्यांना त्रास देऊन इथं आली असशील, तर परत जा.' शिवाय, मलाही तिथं परत जाऊन माझ्या भावांवर भार होऊन राहायचं नव्हतं.

मला आता हे सर्व सहन होईना. माझं आयुष्य म्हणजे एक नरक झाला होता. शेवटी मी जमिनीची कागदपत्रं घेतली आणि गावातील महसूल कार्यालयात गेले. त्यांना विचारलं की, कायदेशीररीत्या यातील काही माझ्या नावावर करता येईल का? ते म्हणाले की, ही माझ्या नवऱ्याची वडिलोपार्जित मालमत्ता असल्यानं त्याच्या संमतीविना हे शक्य होणार नाही. त्या दिवशी घरी परतताना मी एक निर्णय घेतला.

इकडे, घरी माझ्या नवऱ्यानंही एक निर्णय घेतला होता. तो माझी वाटच पाहत होता. कारण त्याला मी कुठं आणि कशासाठी गेले आहे, ते समजलं होतं.

लढाईची तयारी झाली होती. त्यानं मला घर सोडायला सांगितलं. मला माझा वाटा मिळाल्याशिवाय मी तसं काही करायला नकार दिला. मी घासाघीस केली, ''मला थोडी जमीन दे, मग मी मुलांसह निघून जाईन.'' पण त्यानं नकार दिला. तो संतापला आणि जेव्हा त्याच्या ध्यानात आलं की, मी मागं हटणार नाही, तेव्हा त्यानं माझी गचांडी धरून मला घराबाहेर ढकलून दिलं. नंतर, त्यानं माझ्या सर्व मुलांनाही बाहेर काढलं आणि 'यांना घेऊन कुठं जायचं तिथं जा,' असं सुनावलं. त्याच्यावर आणि त्याच्या मालमत्तेवर आमचा काही अधिकार नाही, असं त्यानं स्पष्टपणे सांगितलं.

मी सहजासहजी हार मानणार नव्हते. आमच्या हक्कांसाठी मी लढणार होते. मी तावातावानं मुसंडी मारून घरात शिरले आणि सांगितलं की, आमचा वाटा मिळाल्याखेरीज आम्ही घराबाहेर जाणार नाही. प्रकरण हातघाईवर आलं. त्यानं पुन्हा मला घराबाहेर काढण्याचा प्रयत्न करताच आमच्यात हाणामारीच सुरू झाली. मानसिंग माझ्यापेक्षा खूपच दणकट अन् आडदांड होता. मी इरेला पेटले. घराबाहेर जायचंच असेल तर तो आणि त्याची ती अनधिकृत बायकोच जाईल. माझ्यात काय संचारलं, कोण जाणे! मी जमिनीवर पडलेली एक कांब उचलली आणि त्याच्या डोक्यावर हाणली. तो खाली कोसळला आणि दवाखान्याच्या वाटेवर असतानाच मरण पावला.

...आणि अशा प्रकारे मी इथं आले– चौदा वर्षे तुरुंगवासाची शिक्षा घेऊन. माझे सासू-सासरे माझ्या मुलांना सांभाळताहेत, परंतु त्यांना माझ्याशी मात्र संबंध ठेवायचा नाहीये. त्यांनी माझ्या मुलाला, मुलींना ठेवून घेतलंय त्याबद्दल मी त्यांची खरंच ऋणी आहे. इथून सुटका झाल्यावर मी भावाकडेही जाणार नाही. मला त्यांना अडचणीत टाकायचं नाहीये. मला माझ्या मुलांसोबत शांतपणे राहायचंय. मला त्यांच्यावाचून फार चुकल्या-चुकल्यासारखं वाटतं. मी इथं आल्यापासून त्यांना पाहिलं नाहीये. त्यांना माझ्याविषयी काय वाटतं, कोण जाणे. ते मला समजून घेतील का? मला माफ करतील का? माझ्यामुळेच ते अनाथ झालेत. माझ्या मुलींशी कोण लग्न करेल? मी स्वत:ला आवरलं असतं आणि घडतंय ते घडू दिलं असतं, तर आज आम्ही सगळे एकत्र राहत असतो.

आज मला कोठेच थारा नाही. कम्मू म्हणते, काळजी करू नकोस. म्हणते, सुटका झाल्यावर आपण एकत्र राहू. आपल्या शरीरात अजूनही जोम आहे. आपण काम करू शकतो, कमाई करून स्वत:चं घर चालवू शकतो. असंच होईलसं वाटतंय; कारण मी माझ्या माहेरी किंवा मुलांकडे जाऊ शकेन, असं मला वाटत नाही.

सिटा

मी समाजकार्यात पदव्युत्तर शिक्षण घेत होते, त्या वेळी प्रथम 'सिटा' नावाच्या कायद्याबद्दल ऐकलं. 'SITA' म्हणजे सप्रेशन ऑफ इमॉरल ट्रॅफिक ॲक्ट – अनैतिक व्यवसाय प्रतिबंधक कायदा. या कायद्यानुसार दलाल आणि शरीरविक्रय करणारी स्त्री– दोघेही शिक्षेस पात्र ठरत; परंतु ग्राहकाची बऱ्यापैकी सहिसलामत मुक्तता होई आणि कायद्यानुसार नैतिकतेची जबाबदारी मात्र स्त्रीवर टाकली जाई. आता या कायद्यात एक दुरुस्ती झाली आहे, त्याचं नावही बदललंय; पण शरीरविक्रय करणारी स्त्री आणि तिचा ग्राहक यांतील भेदभाव मात्र आजही तसाच आहे.

या नवीन व्यवसाय प्रतिबंधक कायद्यानुसार मुक्ताला तुरुंगात डांबलं होतं. तिला तुरुंगात येऊन एक वर्ष झालं होतं. सुजलेले डोळे, सूज आलेला चेहरा, संथ चाल आणि मरगळलेपण यामुळे अकाली वृद्ध झालेली ही सव्वीस वर्षीय स्त्री इतरांपेक्षा वेगळी दिसायची. तिला लैंगिक रोगाचा त्रास होता आणि तुरुंगातील औषधानं तिला गुण येत नव्हता.

परंतु तिच्या उदासीनतेमागील हे एकमेव कारण नव्हतं. तुरुंगात ती अशी एकमेव स्त्री होती की, जिला कुणाचीच सहानुभूती मिळत नसे. एक वेश्या म्हणून तिला इतर गुन्हेगारांनी वाळीत टाकलं होतं. कारण ह्या निमित्तानं तुरुंगात कैद केलेल्या व बाह्य समाजापासून दूर केल्या गेलेल्या कैद्यांना दुसऱ्या कुणाचा तरी निषेध करण्याची आणि निंदा करण्याची संधी मिळाली होती. यात भर घातली ती तुरुंगातील नियमावलीनं. त्यानुसार अशा स्त्रियांना अलग ठेवणं बंधनकारक आहे. त्यामुळे अशा प्रघातांना खतपाणीच मिळतं. नियमावलीत स्पष्टपणे म्हटलंय, *'कैदी स्त्रियांना कैदी पुरुषांपासून कटाक्षानं वेगळं ठेवावं आणि सुनावणीखालील कैद्यांना गुन्हा शाबित झालेल्यांपासून... सरावलेल्या कैद्यांना नवख्यांपासून तसंच वेश्या आणि कुंटणखाना मालकिणींना आत्तापर्यंत घरंदाजपणे जीवन जगलेल्या स्त्रियांपासून वेगळं ठेवावं.'* यामुळे मुक्ताला इतर स्त्रियांपासून अधिकृतपणे

अलग ठेवण्यात आलं. अशा परिस्थितीमुळे ती स्वतःला 'अस्पृश्य' समजू लागली होती. शिवाय तिला संसर्गजन्य रोग झाला होता, त्यामुळेदेखील तिला टाळत असत. प्रत्येक कैद्याला सामान्यपणे देण्यात येणारी दैनंदिन कामं करण्याची तिला मनाई होती. काही काम नसल्यानं आणि तिच्याशी कोणी बोलत नसल्यानं भयानक पोकळी असलेलं जीवन ती दुःखी स्त्री जगत होती.

घरातल्या माणसांनी आणि मित्रांनी तर या मुक्ताचं नाव केव्हाच टाकलं होतं. पण तिचं नष्टचर्य इथंच संपत नव्हतं. तिचा नवरा, साथीदार आणि एकुलता एक पाठीराखा असलेला जितेशही दुसऱ्या कुठल्या तरी तुरुंगात सात वर्षांची शिक्षा भोगत होता. त्याला अन् हिला एकाच वेळी शिक्षा झाली होती. तेव्हापासून आजतागायत तिला त्याची काहीही बातमी कळली नव्हती अथवा तो कुठल्या तुरुंगात आहे याचीदेखील कल्पना नव्हती. तिला झालेल्या रोगाच्या अन् एकांतवासाच्या हळूहळू होणाऱ्या परिणामांपुढं आता या सर्व गोष्टी म्हणजे केवळ क्षुल्लक माहिती म्हणून उरल्या होत्या.

पण थोड्याच वर्षांपूर्वीची मुक्ता ही अगदी वेगळी मुलगी होती. रेल्वे क्रॉसिंगचा गार्ड पन्नालाल आणि त्याची पत्नी सावित्री यांच्या पाच मुलींपैकी मुक्ता ही धाकटी मुलगी. मुलाच्या अपेक्षेने पन्नालाल व सावित्रीनं एकापाठोपाठ एक मुली होऊ दिल्या. इतक्या सर्व मुलींच्या ओझ्यातून सुटका करून घेण्यासाठी त्यांनी चार मोठ्या मुलींची वयात येण्यापूर्वीच घाईघाईनं लग्नं लावून दिली होती. पण मुक्ता सर्वांत धाकटी असल्यानं लाडकी होती. पोटी मुलगा न जन्मल्यामुळे पन्नालालनं तिलाच मुलाप्रमाणे वाढवायचं ठरवलं. सावित्रीच्या मनात धाकटीचंही मोठ्या मुलींप्रमाणे लग्न करून टाकायचं होतं, पण पन्नालालनं नकार दिला. एका तरी मुलीनं पुढं शिकावं, असा त्यानं आग्रह धरला. सावित्रीला हे पसंत नव्हतं, पण ती बिचारी काही करू शकली नाही.

सरकारनं मुलींसाठी मोफत उच्च शिक्षणाची योजना जाहीर केली होती. त्यामुळेच मुक्ताला एका नामांकित विद्यापीठात शिकायला पाठवणं पन्नालालला शक्य झालं. शिक्षणासाठी खेड्यातून मोठ्या शहरात जाणारी मुक्ता ही त्यांच्या गावातील पहिली मुलगी होती. पन्नालालला याचा खूप अभिमान होता. पण आपल्या मुलीच्या यशानं तो हुरळून गेला असला, तरी आपल्या अल्प मिळकतीत तिच्या शिक्षणावर फार खर्च करणं त्याला शक्य नव्हतं. अगोदरच इतर मुलींच्या लग्नासाठी प्रमाणाबाहेर खर्च झाला होता. त्यामुळे पन्नालाल मोजून-मापून पैसे खर्च करी. त्यामुळे मुक्ताला प्रत्येक गोष्टींत काटकसर करावी लागे. शहरात कॉलेजला जाण्या-येण्यासाठी चार तासांच्या बसप्रवासापुरतेच पैसे तिला मिळत.

शहरातील पुढारलेले, वेगवान आणि झगमगाटी जीवन पाहून मुक्ता बावरून

गेली. तो लांबचा प्रवास, अभ्यासाचे विषय किंवा शिक्षक याबाबत तिला काहीच अडचण नव्हती; पण कॉलेजमधील इतर विद्यार्थ्यांशी स्वत:ची तुलना करताना तिला न्यूनगंड जाणवे. त्यांची भपकेबाज राहणी, लोकांना खिजवण्यासाठी केलं जाणारं स्वत:च्या श्रीमंतीचं प्रदर्शन, नव्या फॅशनचे कपडे, गाड्या आणि मोटरसायकली यापुढं आपण फारच य:कश्चित आहोत, अशी भावना तिच्यात निर्माण झाली. यापूर्वी तिनं असलं जीवन पाहिलं नव्हतं. मुक्ताला आपल्या सामान्य परिस्थितीची हळूहळू लाज वाटू लागली.

दिवस सरू लागले तसं जे अटळ होतं, ते घडलंच. त्या समाजाचा एक भाग बनण्याची इच्छा मुक्ताच्या मनात प्रबळ झाली अन् शिक्षण दुय्यम ठरलं. दुर्दैवानं त्या समाजात सामावणं तिला अवघड होतं. कारण तिच्याकडे जुन्या फॅशनचे कपड्यांचे तीनच जोड होते, त्यांतील दोन तर तिच्या बहिणींचेच होते. पैशाशिवाय तिची एकही तारुण्यसुलभ लालसा पूर्ण होणार नव्हती, की तिला इतर विद्यार्थ्यांप्रमाणे मजा करता येणार नव्हती. इतरांशी बरोबरी करण्याच्या भावनेचा दबाव जोर करू लागला आणि चांगले कपडे, हँडबॅग, चपला, सौंदर्यप्रसाधने, पार्ट्या आणि सिनेमे यांबद्दलची तिची लालसा वाढू लागली. आपणही थोडी मजा करावी, असं तिला वाटू लागलं.

पैसा नसेल तर आपण या जीवनात सामावून जाऊ शकणार नाही, हे मुक्ताला ठाऊक होतं. आई-वडिलांना आणखी खर्च करणं शक्य होणार नाही, हे माहीत असूनही, आपल्याबरोबरीच्या विद्यार्थ्यांच्या घोळक्यात शिरकाव करण्याच्या आकांक्षेपोटी तिनं पालकांकडून अन् बहिणींकडून थोडे पैसे उकळले आणि त्या पैशाने कपडे व सौंदर्यप्रसाधने विकत घेतली. सावित्रीला हा बदल रुचला नाही. पण काळाप्रमाणे मुलीला बदलावंच लागणार, असं म्हणत पुन्हा एकदा पन्नालालनं तिचीच खरडपट्टी काढली. मुक्ता चांगले कपडे घालून कॉलेजला गेली. त्या दिवशी इतक्या दिवसांत पहिल्यांदा तिच्या वर्गातील मुलामुलींनी मुक्ताची दखल घेतली. यामुळे मुक्ताला खूप आनंद झाला.

त्यानंतर तिनं मागं वळून पाहिलंच नाही. बघता-बघता या कुमारवयीन मुलीच्या गरजा कुटुंबाच्या मिळकतीच्या कित्येक पटींनी वाढल्या. लवकरच मुक्ता समजून चुकली की, एखादी जीवनशैली स्वीकारण्यापेक्षा ती तशीच कायम राखणं, ही जास्त अवघड गोष्ट आहे. तिथं नववर्षाची रात्र, व्हॅलेंटाइन्स डे, वाढदिवस, सण चुटकीसरशी अन् सढळहस्ते खर्च करून साजरे केले जात. हा सर्व खर्च भागवणं मुक्ताला शक्य होईना. तिला दररोज काही ना काही कारणासाठी पैसे खर्च करावे लागत. नाही तर मग तिची परिस्थिती उघड झाली असती अन् नव्यानं मिळालेल्या फॅशनेबल मित्रांसमोर तिची लाज निघाली असती. ही मानहानी

टाळण्यासाठी पैशाची व्यवस्था पट्कन् करायला हवी होती. आपल्या सामान्य खेडवळ जीवनाची तिला आता घृणा वाटू लागली होती. पैसा झटपट कसा मिळवावा याच्या योजना आखण्यात तिचा वेळ जाऊ लागला. शिक्षण हा प्रसिद्धी किंवा यश मिळवून देण्याचा मार्ग नव्हे, अशी तिची खात्री पटली होती. याचं उदाहरण तिच्या घरातच होतं– तिच्या वडिलांचं. पन्नालाल स्वत: पदवीधर होता. तरीदेखील त्याची मिळकत साधारण होती अन् त्याला सामान्य नोकरी करावी लागत होती. चांगला पैसा मिळवून देईल, असं अर्धवेळ करण्याचं काम तिला सुचेना. तिच्याकडे काही कौशल्यं अगर योग्यता नसल्यानं अगदी पूर्णवेळ नोकरीत राबलं तरी चार-पाचशे रुपयांच्यावर कमाई झाली नसती.

प्रत्येक तरुण मुला-मुलींप्रमाणेच मुक्तादेखील सिनेमा अन् टीव्हीची चाहती होती. त्यांच्या गावात टीव्ही संच सर्वप्रथम त्यांच्या घरी आला होता. बालपणापासून ती घरातल्यांबरोबर दररोज संध्याकाळी टीव्हीवरील कार्यक्रम बघत असे. अखेर या 'शो बिझनेस'नेच मुक्ताला जादा पैसे कसे कमवावेत, याचा मार्ग दाखवला. टीव्हीवरील मॉडेल जाहिरातीत आपलं शरीर वापरतात, तर सिनेमातील नट्या विनासंकोच शरीरप्रदर्शन करतात. अलीकडे तर गाजणाऱ्या आंतरराष्ट्रीय अन् राष्ट्रीय सौंदर्यवतींना मुखपृष्ठावर प्रसिद्धी मिळते. ह्या सौंदर्यवती, सिनेमातील तारका आणि मॉडेल आपले शरीरप्रदर्शन करून पैसाही मिळवतात आणि मानसन्मान अन् स्थानही! गंमत म्हणजे, महत्त्वपूर्ण राष्ट्रीय अन् आंतरराष्ट्रीय समारंभात सन्माननीय अतिथी म्हणून या स्त्रियांचा सहज शिरकाव होतो. राज्यांचे प्रमुख त्यांना महत्त्वपूर्ण प्रसंगी आमंत्रण देतात अन् निवडणुकीपूर्वी त्यांना आपल्या पक्षात सामील करून घेण्यासाठी राजकीय पक्ष धडपडतात.

बॉलिवूड असो वा टीव्ही सौंदर्यस्पर्धा असोत वा मॉडेलिंग; स्त्रीचे शरीरप्रदर्शन हा पैसा, स्थान, नाव व प्रसिद्धी मिळवण्याचा एक सर्वसंमत व कायदेशीर मार्ग झालाय, हे स्पष्ट दिसतं. कदाचित यामुळेच, इ. स. १९०८ मध्ये एका बाजूला युरोपमधील स्त्रिया मतदानाचा हक्क मिळावा म्हणून झगडत होत्या, तर दुसरीकडे ब्रिटनमध्ये पहिली जागतिक सौंदर्यस्पर्धा अनेक चाहत्यांच्या गर्दीत साजरी केली जात होती. स्वत:च्या अधिकारासाठी झगडणाऱ्या स्त्रियांना तुरुंगात डांबलं गेलं, मारझोड झाली आणि अगदी ठारदेखील केलं गेलं; तर सौंदर्यस्पर्धा जिंकणाऱ्यांच्या डोक्यावर मुकुट चढवले गेले.

मुक्ताच्या मनात एक गोष्ट आस्ते-आस्ते स्पष्ट होऊ लागली की, स्त्रियांच्याबाबतीत पैसा आणि सुरक्षितता मिळवण्याचा मार्ग शरीरातून जातो. इंद्रदेवाच्या *दरबारात* अप्सरांना कायदेशीर स्थान होतं. मुक्ताला उर्वशी, मेनका आणि रंभेसारख्या *अप्सरांच्या* गोष्टी ठाऊक होत्या; त्याचप्रमाणे सती, दमयंती,

तारामती, अनसूया आणि सीतेच्या कहाण्यांचाही तिच्यावर प्रभाव पडला होता. तिच्यासमोर दोन परस्परविरोधी परंपरा होत्या; तिला त्यांतील एक निवडायची होती. दुसरा मार्ग पत्करला तर त्यातून केवळ काबाडकष्ट आणि दुःख पदरी पडलं असतं; तर मॉडेल अन् तारकांचा मार्ग निवडल्यास प्रसिद्धी मिळण्याची, नशीब उजळण्याची शक्यता होती. लहान अन् अपरिपक्व वयात मुक्तापुढे हे दोनच पर्याय होते. तिच्या मनात विचारांचा कल्लोळ माजला. सारासार विचाराअंती तिनं ठरवलं की, सतींचा मार्ग निवडायचा नाही. वयानं लहान आणि अल्लड असल्यानं तिला एक उमगलं नाही की, *अप्सरेचा* अगर सतीचा कोणताही मार्ग निवडा; प्रत्येकात निराशा अन् दुःखाचा थोडा भाग असतोच.

मुक्तानं हा निर्णय घेण्यामागं आणखी एक कारण होतं. तिला तिच्या मर्यादा ठाऊक होत्या. मॉडेल अगर सिनेमा तारका बनणं, हे तिच्या कुवतीपलीकडील होतं. तिच्याकडे ना देखणं रूप होतं, ना ओळखीपाळखी. मात्र, तिला एक ठाऊक होतं की, स्त्रीच्या शरीराला कायम मागणी असते. त्यामुळे इतर मार्ग बंद असले, तरी एका विशिष्ट कामासाठी ते वापरता येऊ शकतं.

तिला ठाऊक होतं की, तडजोड करण्यासाठी तयार असलेल्या तरुण अन् सुशिक्षित मुलींना मागणी आहे. तिनं ठरवलं की, पैसा मिळवण्यासाठी पुरुषांना थोडी मोकळीक दिली तर काय बिघडलं? बऱ्याच घालमेलीनंतर तिनं हे पाऊल उचललं होतं. कारण तिच्या आवाक्यातील असं हे एकच काम तिला दिसत होतं. अशा प्रकारे मुक्तानं पैसे कमवायचं ठरवलं, तेव्हा तिची अजून विशीदेखील पार व्हायची होती.

ह्या व्यापारात उडी घेण्याआधी मुक्तानं अनेक अटी घातल्या. एका मर्यादेबाहेर तडजोड केली नाही. पण हळूहळू तिला या सर्व स्वघोषित अटी सोडणं भाग पडलं. हा निर्णय स्वखुषीनं घेतला असला तरी हा अनुभव क्लेशदायकच होता; तिला वाटलं होतं आणि तिची तयारी होती त्यापेक्षा किती तरी जास्त क्लेशदायक! तिची परिस्थिती केविलवाणी झाली. अनोळखी व्यक्तीनं केलेले शरीराचे हाल तिला सहन होईनात. स्वतःच्या शरीराचा सौदा अन् विक्री मानहानिकारक वाटे. रोग होण्याची शक्यता, गर्भधारणा होण्याची भीती आणि या दुर्लौकिक व्यवसायाशी संबंधित सर्व काही बाबी– यामुळे दडपण येई. पोलीस पकडतील का याची दहशत, कुटुंब अन् मित्रांसमोर स्वतःचं बिंग फुटेल की काय, हा विचार विव्हळ करी. अनेकदा हे काम सोडून देण्याचा विचार तिच्या मनात आला, पण ती तसं करू शकली नाही. अल्पावधीत तिनं मिळवलेल्या पैशानं फार फरक पडत होता. हळूहळू तिची घुसमट एका तडजोडीच्या भावनेत बदलली, तडजोड अंगवळणी पडली आणि अखेर दुसऱ्या कोणत्याही कामासारखंच हे एक काम आहे, असं

तिला वाटू लागलं.

ह्या नव्या व्यवसायामुळे मुक्ताला तिचं आयुष्य हव्या त्या पद्धतीनं जगता येऊ लागलं. अखेर आता छोट्या-छोट्या सुखांचा उपभोग घेण्यासाठी पैशांची चिंता करावी लागत नसे. पन्नालाल आणि सावित्री तिला जास्त प्रश्न विचारत नसत, कारण ती घरीही काही पैसे देत असे. तिनं त्यांना सांगितलं होतं की, तिला शहरात अर्धवेळ नोकरी मिळाली आहे. त्यामुळे तिला तिथं उशिरापर्यंत थांबावं लागतं. अशा प्रकारे अगदी लहान वयात मुक्ताला जे हवं होतं, ते तिनं बहुतांशी मिळवलं; अर्थात त्यासाठी शरीराची किंमत द्यावी लागली.

जितेश हा तिचा मित्र होता, तिच्या ह्या व्यवसायातील भागीदार होता. तो नसता, तर तिला हे यश मिळालं नसतं. तो तिच्या कॉलेज कँटीनमध्ये मॅनेजर होता. तो तिच्या मिळकतीतील पन्नास टक्के हिस्सा घेई. जितेश ग्राहक गाठत असे अन् तिच्या अटींवर तिचा सौदा करीत असे. जितेश अन् मुक्ता दोघंही तरुण असल्यानं कार्यक्षम होते आणि त्याहून महत्त्वाचं म्हणजे, एकमेकांशी प्रामाणिक होते. तो विश्वासू होता आणि तिच्या अटी अन् सुरक्षा याबाबत कधीही तडजोड करत नसे. जितेशमुळेच मुक्ताला कसलीही भीती वाटत नसे. ज्यावर अवलंबून राहावं, असं कुणी तरी, आपलं हे काळं गुपित वाटून घेणारं कुणी तरी तिला मिळालं होतं. साहजिकच मुक्ता जितेशवर अवलंबून राहू लागली.

काळ लोटला तसतसे त्यांचे व्यावसायिक संबंध आणि मैत्री दृढ झाली. जितेशची पार्श्वभूमीही मुक्तासारखीच होती. त्यांनी एकमेकांना समजून घेण्यामागील, सहानुभूती वाटण्यामागील हे एक कारण होतं. अनेक वर्षांपूर्वी जितेशही आपल्या खेड्यातून या शहरात यशस्वी आणि श्रीमंत होण्याचं स्वप्न घेऊन आला होता. पण थोड्याच काळात त्याला बेरोजगारांच्या रांगेत सामील व्हावं लागलं होतं अन् त्याच्या स्वप्नांचा चुराडा झाला होता. त्याच्या वडिलांची खूपच थोडी जमीन होती. केवळ त्या जमिनीतून मिळणाऱ्या उत्पन्नातून सर्वांची पोटं भरणं शक्य नव्हतं. त्यामुळे एक भाऊ जमीन कसत असे, तर दुसरा सुतारकाम करे आणि ह्याला म्हणजे सर्वांत धाकट्याला नशीब अजमावण्यासाठी शहरात यावं लागलं होतं. जितेशला कसंही करून यशस्वी होण्याची अन् स्वत:च्या पायावर उभं राहण्याची गरज होती; कारण कुणावर भार टाकावा, असं त्याला कुणीच नव्हतं.

बऱ्याच प्रयत्नांनंतर जितेशला हे कॉलेज कँटीनच्या मॅनेजरचं काम मिळालं. पगार जेमतेमच होता अन् नोकरी हंगामी. पगारवाढ किंवा बढतीस काही वाव नव्हता. घरभाडे आणि दैनंदिन खर्चातच बहुतेक पगार संपून जाई. घरी आई-वडिलांसाठी तो पैसे पाठवू शकत नसे. शिवाय तसं त्याचं जीवनही विशेष उत्साहवर्धक नव्हतं. ह्या निर्जीव अस्तित्वापेक्षा काही वेगळं करावं, अशी त्याचीही

तळमळ होती. पण काय करावं, हे त्याला समजत नव्हतं.

आणि म्हणूनच, मुक्ताबरोबर असा व्यवहार ठरल्यामुळे त्याला आनंद झाला. पैसा मिळवण्याचं त्याचं स्वप्न पुन्हा पल्लवित झालं. त्याच्या गरजा काही अव्वाच्या सव्वा नव्हत्या. त्याला फक्त हवं होतं स्वत:चं छोटंसं, छानसं घर, एक दुचाकी आणि बऱ्यापैकी सुखकर आयुष्य.

मुक्ताचं म्हणाल, तर तिला हवं ते तिनं बहुतांशी मिळवलं असलं तरी काही गंभीर विषयांबद्दल तिच्या मनात चिंता होती. ती जगत असलेल्या दुहेरी आयुष्यामुळे ती खंगत चालली होती. दोन वेगवेगळ्या जीवनशैलींचा मेळ घालणं अशक्य होऊ लागलं होतं. तिचा आपल्या घरावरील राग आणि त्यापेक्षा आपल्या खेड्याबद्दलचा तिरस्कार पूर्वीपेक्षाही वाढला होता. आता तिला शहरात कायमचं राहायचं होतं. आपण निवडलेलं जीवन मुक्तपणे जगता यावं, अशी तिची तीव्र इच्छा होती. जोपर्यंत घरी जावं लागणार होतं तोपर्यंत अपराधीपणाच्या भावनेवर मात करणं शक्य नव्हतं. दोन विरुद्ध मूल्यांच्या कात्रीत ती अडकली होती आणि त्यातील एकाचा तिला कायमचा त्याग करायचा होता. त्याही पुढची गोष्ट म्हणजे, शहरात राहत नसल्यानं मागणी होईल त्या वेळेस ती उपलब्ध नसे. त्यामुळे अनेक चांगल्या संधी हातून निसटून जात. मुक्ताला आता आपलं नवीन आयुष्य पूर्णपणे जगण्याची इच्छा होती. तिला तिच्या मार्गात कोणतेही अडथळे नको होते.

यादरम्यान मुक्ता आणि जितेश दोघांनाही एक उमजू लागलं होतं की, आपल्या हातमिळवणीमुळे आपला फायदा होतो आहे आणि एक जण नसेल तर दुसऱ्याला पुढं जाणं अवघड आहे. ते दोघंही चांगले व्यावसायिक भागीदार बनले होते आणि काम नसेल त्या वेळेतही ते एकत्र असायचे. हळूहळू त्यांच्यात केवळ मैत्रीचं नातं न उरता आणखी जवळीक निर्माण झाली. मुख्यत्वे, जितेशला उत्साही, आत्मविश्वासपूर्ण आणि महत्त्वाकांक्षी मुक्ताचं आकर्षण होतं. तिनं त्याच्या जीवनात प्रवेश केल्यापासून त्याला चांगले दिवस दिसू लागले होते. लग्न करणं हा एक भावनिक निर्णय असतो; परंतु मुक्तापुढं लग्नाचा प्रस्ताव ठेवण्यापूर्वी जितेशनं सर्व भल्या-बुऱ्या परिणामांचा विचार केला. जितेशचे पाय अजूनही जमिनीवर भक्कमपणे रोवलेले होते. त्याला आयुष्याच्या काळ्या बाजूची ओळख होती. या निर्णयातून मिळणारे फायदे हे संभावित अडचणीपेक्षा किती तरी पटींनी जास्त होते. त्यामुळे एके दिवशी जितेशनं तिच्याशी लग्न करण्याची इच्छा बोलून दाखवली.

समवयीन मुलींप्रमाणे मुक्ताच्याही मनात आजकाल भविष्याबद्दल विचार येत. तिचं शिक्षण संपत आलं होतं. त्यामुळे आता आपले आई-वडील आपल्या

संकुचित जमातीतील एखादं स्थळ पाहून आपलं लग्न नक्कीच लावून देणार, हे तिला ठाऊक होतं. काहीही कारण सांगितलं, तरी लग्न फार दिवस टाळणं शक्य नव्हतं. आपण त्या जीवनाकडे परत वळणं शक्य नाही, असं तिला वाटू लागलं. आताच्या व्यवसायातून दूर जाणं शक्य नव्हतं. स्वत:च्या पायावर ठाम उभं राहायला तिच्या पदवीचा उपयोग किंवा मदत फार होणार नव्हती. शिवाय तिच्या सध्याच्या व्यवसायात आणखी एक अडचण होती. हा व्यवसाय कायम करता येणार नव्हता. लैंगिक व्यवसायात वय हा अडचणीचा मुद्दा असतो. पूर्ण आयुष्य एकटीनं काढणं किंवा पुरुषाच्या मदतीवाचून हा व्यवसायही करणं अवघड होतं. त्याहीपेक्षा, तिच्या व्यवसायाला मान्यता देणारा, तिला समजून घेणारा नवरा शोधणं तर दुरापास्तच होतं. मुक्तासमोर पुन्हा एकवार परस्परांना छेदणारे दोन रस्ते आले होते आणि त्यातून एक निवडणं फार कठीण होतं.

जितेशसोबत काम करताना मुक्ताला अनेक गोष्टी स्पष्ट झाल्या. जीवनाचा पुढील मार्ग निवडताना तिला त्यांची मदत झाली. ती जितेशवर अवलंबून होती. त्याच्याविना तिला आपलं जीवन किंवा व्यवसाय सुरळीत सुरू ठेवता आला नसता. जितेशच्या माध्यमातून तिचं स्वातंत्र्य आणि व्यवसाय नेहमी अबाधित राहिला असता. लग्न केल्यामुळे आपलं कुटुंब आणि गाव यापासून कायमची मुक्ती मिळाली असती. शिवाय घरंदाज विवाहित स्त्री असा अधिकृत शिक्काही बसला असता. दोघं मिळून एक तर त्यांना आणखी कार्यक्षमतेनं काम करता आलं असतं आणि दुसरं म्हणजे, दोन-दोन घरं चालविण्याचा खर्च वाचला असता. सर्वांत महत्त्वाचं म्हणजे, तिच्याशी लग्न करायला दुसरं कोण तयार होणार होतं? आणि तिला तर अविवाहित राहायचं नव्हतं. आता या सर्व भल्या-बुऱ्यांचा तौलनिक विचार करून तिला निर्णय घ्यायचा होता. सर्वच बाबतींत हा प्रस्ताव मुक्ताच्या फायद्याचा होता. त्यामुळे ओघानंच तिनं हा लग्नाचा प्रस्ताव स्वीकारला.

आपल्या मुलाला एक नम्र, तरुण, सुशिक्षित, नोकरदार मुलगी मिळाली म्हणून जितेशच्या आई-वडिलांना खूप आनंद झाला. पन्नालालला आनंद होण्याचं कारण म्हणजे, जितेश त्यांच्या मुलीला पुढं शिकू देणार होता. शिवाय सर्व जावयांमध्ये हा जावई त्याला समंजस वाटला. सावित्रीला आनंद झाला, कारण त्यांना हुंडा द्यावा लागणार नव्हता. एरवीही हुंडा देण्यासाठी त्यांच्याकडे पैसा नव्हताच. लवकरच जितेश अन् मुक्ताचं लग्न झालं.

लग्नानंतर त्यांचा व्यवसाय बहरला. दोघंही परिपक्व होते. त्यांचे पाय ठामपणे जमिनीवर होते आणि त्यांच्या मनातील ध्येय स्पष्ट होते. सुरक्षित भविष्यासाठी पुरेसा पैसा मिळवण्याची गरज आहे याचं त्यांना भान होतं. त्यांनी

ठरवलेलं आर्थिक उद्दिष्ट गाठण्यासाठी पूर्ण क्षमतेनं अन् खूप कष्ट घेऊन काम करणं महत्त्वाचं होतं.

त्या दोघांचं समीकरण चांगलं जुळलं. लवकरच ते व्यवसाय वाढवण्यासाठी एकदिलानं काम करू लागले. या व्यवसायात ठराविक काळाची मर्यादा अंतर्भूत असते. त्या मर्यादेत त्यांना आपलं उद्दिष्ट गाठायचं होतं.

जितेशनं काही हॉटेलांशी करार केला. त्यांना ग्राहक मिळवून देण्याबद्दल त्याला कमिशन मिळे. मनाचे सर्व बांध ओलांडून त्यानं एक रिक्षा विकत घेतली आणि मुक्ताच्या ग्राहकांसाठी वाहतुकीची सेवा देऊ लागला. रात्रीच्या वेळी तो रिक्षा घेऊन सिनेमा हॉल किंवा बसस्टँड किंवा रेल्वे स्टेशनपाशी उभा राही आणि ग्राहक मिळवी. तो मुक्ताच्या ग्राहकांना इतर सेवाही पुरवी. दोन वर्षांतच ते स्वत:च्या लहानशा फ्लॅटमध्ये राहायला गेले. त्यांच्या नियोजनाबरहुकूम गोष्टी होत होत्या, पण इतक्या पैशांवर भागणार नव्हतं. त्याही पुढची गोष्ट म्हणजे व्यवसायात वयाच्या तीस-पस्तीस वर्षं काम करता येते. म्हणजे, हा व्यवसाय मुक्ताला आणखी फक्त बारा ते पंधरा वर्षे करता आला असता. कदाचित त्याहून कमी वर्षं. कारण आता ते मूल होऊ देण्याचा बेत करत होते. त्यामुळे त्यांच्या हातात फक्त दहा वर्षे होती. त्यानंतर ते हा व्यवसाय बंद करणार होते. अशा रीतीनं त्यांच्यावर कमालीचा ताण होता.

लैंगिक व्यवसायात आणखी एक अडचण असते. पोलिसांची हातमिळवणी आवश्यक ठरते. त्यांनी ढवळाढवळ करू नये, म्हणून त्यांना पैसे चारावे लागतात. आपल्या कामादरम्यान जितेश अनेक पोलिसांना नियमितपणे भेटत असे आणि त्याची रणजित नावाच्या कॉन्स्टेबलशी दोस्ती झाली होती. रणजित हादेखील मुक्ताचा ग्राहक होता. एके दिवशी रणजितनं एक प्रस्ताव मांडला. त्यानं सांगितलं की, जितेश आणि मुक्तानं रणजितला ग्राहक आल्याची सूचना द्यायची, रणजितनं त्याला कोंडीत पकडायचे आणि चांगले पैसे उकळल्यानंतर सोडून द्यायचं. मिळालेल्या पैशातील ६०% या दोघांना देण्यास तो तयार होता. इतकी भरघोस ऑफर धुडकावण्याचा प्रश्नच नव्हता, कारण या मार्गानं ग्राहकांकडून अप्रत्यक्षरीत्याही पैसे मिळणार होते; प्रत्यक्षरीत्या तर ते मिळतच होते.

हे सर्व भागीदार ही योजना कार्यक्षमतेनं अमलात आणत. मुक्ताकडे आलेला ग्राहक जितेशच्या रिक्षातून परत जाऊ लागला की, रणजित त्याची वाट अडवे. काही साधे प्रश्न विचारल्यानंतर रणजित आक्रमक पवित्रा घेई आणि थोड्याच वेळात पुढील तपासासाठी रिक्षा पोलीस ठाण्याकडे घेऊन जाण्याची आज्ञा करी. जितेश आधीच ठरल्याप्रमाणे पोलीस कॉन्स्टेबलशी थोडी हुज्जत घाली व नंतर रिक्षा एका निर्मनुष्य जागी थांबवी आणि काकुळतीला येऊन सोडण्याची विनंती

करी. पण रणजित न जुमानण्याचं नाटक करी; त्याऐवजी तो त्या ग्राहकाची कठोरपणे उलटतपासणी घेऊ लागे.

जरी कायद्यानुसार ग्राहक ह्या व्यापारात जबाबदार ठरत नाही, तरी एव्हाना त्या ग्राहकाची भीतीनं गाळण उडालेली असे. तो अंतर्बाह्य चरकलेला आहे, हे जाणवताच जितेश पुन्हा एकदा रणजितला त्या ग्राहकाला सोडून देण्याची विनंती करे, पण रणजित बधत नसे. अखेर ठरल्याप्रमाणे जितेश पोलिसाच्या हातात काही रोख रक्कम खुपसण्याचा प्रयत्न करे. एव्हाना तो ग्राहक या भयानक संकटातून सुटका करून घेण्यासाठी काय वाट्टेल ते करण्यास तयार झालेला असे. शेवटी रणजित त्यांच्याकडून शक्य तितका पैसा उकळे आणि एक धोक्याचा इशारा देऊन त्यांना सोडून देई, पण जितेशला थांबवण्याचं नाटक करी. जितेशनं आपल्याला संभाव्य लज्जास्पद प्रसंगातून वाचवलं, या भावनेनं ग्राहक तेथून पळ काढी. त्यामुळे असा भयानक अनुभव आला तरी मुक्ताचे ग्राहक तिच्याशी एकनिष्ठ राहत आणि जितेशमुळे स्वतःची कातडी बचावल्याबद्दल ठरल्यापेक्षा जास्त पैसे देत.

मुक्ता तर ग्राहकांचा तिरस्कारच करी. त्यामुळे त्यांच्याकडून जास्तीत जास्त पैसे उकळण्यात तिला काही गैर वाटत नसे. या गुन्ह्यात तिचा अन् ग्राहकाचा समसमान सहभाग असला तरी ग्राहकांना काहीच धोका पत्करावा लागत नसे. शिवाय ते ज्या सेवा मागत, त्यासाठी ते जास्त पैसे देत नसत. तिला जे भोगावं लागे आणि आरोग्याचा अन् आयुष्याचा जितका धोका पत्करावे लागे; त्यामानानं तिच्या हातात चिंचोकेच पडत. कधी कधी मुक्ताला शरीरविक्रय केल्याबद्दल अपराधी वाटे. पण ग्राहकांना फसवल्याबद्दल तसूभरही पश्चात्ताप होत नसे, कारण ती मनोमन त्यांना शिव्याच देत असे.

अशा प्रकारे मुक्ता आणि जितेशनं खूप पैसा मिळविला. गोष्टी अशाच सुरळीत चालू राहिल्या, तर आपण आपल्या योजनेनुसार ठरल्या वेळी आपल्या व्यवसायाचा गाशा गुंडाळू शकू, असं त्यांना वाटू लागलं. दुर्दैवानं भविष्याची तरतूद करण्यात अन् पुरेसा पैसा मिळविण्याच्या नादात जितेश आणि मुक्ता जास्त धोका पत्करू लागले. पोलिसांचे सहकार्य असल्यानं कुठं काही चूक होणारच नाही, असं वाटून ते जरासे निष्काळजी राहू लागले. आता हॉटेलऐवजी एक फ्लॅट भाड्याने घेऊन ते तिथं व्यवसाय करू लागले. यामुळे त्यांचा फायदा वाढला. परंतु हॉटेल मालकाकडून मिळणारे संरक्षण नाहीसे झाले; त्यामुळे त्यांचा धोका किती तरी पटींनी वाढला. वेश्याव्यवसाय चालवणे हा खूप मोठा गुन्हा आहे, हे त्यांच्या ध्यानात आलं नाही. अशा वेळी सुरक्षित राहण्यासाठी ओळखी आणि वरदहस्त असावा लागतो. मुक्ताला वाटलं होतं की, स्वतःची शरीरविक्री

स्वतःच्या मर्जीनं, स्वतःच्या घरात करणं– यात बेकायदा असं काही नाही.

अशा प्रकारे सर्व व्यवस्था योग्य असताना अन् सर्व गोष्टी सुरळीत होत असताना, एके दिवशी एका घोडचुकीमुळे त्यांचं आयुष्य उलटं-पालटं झालं. मुक्ताच्या एका नवीन ग्राहकाचे राजकीय लागेबंधे आहेत, हे त्यांच्या लक्षात आलं नाही. या नवीन ग्राहकावर त्यांनी नेहमीचाच प्रयोग केला. पण ह्यामागील बनाव त्याच्या लक्षात आला. हा माणूस पुढ्यात येईल ते स्वीकारणारा नव्हता. तो चिडला. कायद्याची जाण असल्यानं, स्वतःला काही होणार नाही हे ठाऊक असल्यानं त्यानं आपले राजकीय संबंध अन् दुवे वापरले आणि डाव उलटवला. मुक्ता, जितेश आणि रणजितला पकडण्यात आलं. त्यांच्यावर अनेक आरोप ठेवण्यात आले. त्यात कुंटणखान्याचा मालक असणं आणि शरीरव्यवसाय चालवणं, यांचाही समावेश होता. खूप मोठा गदारोळ माजला. वर्तमानपत्रांतून भरभरून बातम्या आल्या. त्यांतील बऱ्याच कल्पित आणि अतिरंजित होत्या. त्यात 'मॅडम मुक्ता' आणि तिच्या बेकायदा शरीरव्यवसायाची वर्णनं होती. त्यांच्या भागीदारीला 'सेक्स स्कँडल' असं नाव देण्यात आलं. सामान्य जनतेला पुरवायला एक चमचमीत बातमी मिळाली. यात पोलिसाचाही सहभाग असल्यानं गोष्टी हाताबाहेर गेल्या. सर्व विषयाचा अनपेक्षितरीत्या एक विलक्षण राडा झाला. मुक्ता आणि जितेशच्या हाताबाहेर प्रकरण गेले.

यथावकाश, तिघंही दोषी आहेत, हे सिद्ध झालं. दलाल म्हणून काम केल्याबद्दल जितेशला सात वर्षे आणि मुक्ताला सहा वर्षे तुरुंगवास झाला. शरीरविक्रय करून मिळालेला पैसा कोर्ट-कचेरी आणि वकिलांच्या धुरळ्यात उडून गेला. मुक्तानं सारंच गमावलं. जितेश, कुटुंबातील माणसं, मित्र-मैत्रिणी, अब्रू, घर अन् पैसे. आणि तुरुंगात खुन्यांनीदेखील तिला अस्पृश आणि अनैतिक ठरवलं.

आपल्या रोगाशी, अवहेलनेशी अन् शिक्षेशी सामना करण्याचं मुक्तात बळही उरलं नव्हतं आणि इच्छाही. मौजमजा करणं अन् सुरक्षित आयुष्याची बेगमी करणं, या आपल्या स्वप्नांना पंख देण्याचे धाडस करणाऱ्या या एके काळच्या चुणचुणीत मुलीला आता वयाच्या अवघ्या सव्विसाव्या वर्षी पायाखालील जमिनीवर धड उभं राहणंही जमेना.

चेटकीण : बुध्वाची कहाणी

माझ्या आयुष्याची कथा तुला ऐकायची आहे म्हणजे नवलच आहे! त्यात चांगल्या गोष्टी मुळीच नाहीयेत. सांगताना माझ्या जखमा पुन्हा उघड्या होतील आणि तुला दु:खी करतील किंवा तुला कदाचित माझा तिरस्कार वाटू लागेल– इतरांना वाटतो तसा. त्यांनी माझ्यावर *जखीण* म्हणून शिक्का मारून टाकलाय. कधी कधी मला वाटतं, मला स्पष्टपणे बोलायला हवं; म्हणजे कदाचित कुणाला तरी माझी बाजू पटेल. पण गुन्हेगारांसाठी कोण वेळ काढणार? तुला माहितीय का, माझी आईच तेवढी शेवटपर्यंत माझ्या बाजूनं उभी राहिली, पण ती माझा बचाव करू शकली नाही. माझा गुन्हा इतका अघोरी आहे की, देवानंही माझ्याकडे पाठ फिरवलीय.

तुझा आग्रह आहे म्हणून सांगते. अगदी पहिल्यापासून सांगते. या गोष्टीला खूप काळ उलटलाय. निश्चित वर्ष आठवत नाही; पण त्या वर्षी सरकार आमच्या भागात खाणकाम सुरू करणार होतं, कारण त्या भागात खनिजांची रेलचेल होती म्हणे. ही बातमी ऐकल्यावर आमच्या आणि आजूबाजूच्या गावांतील सर्व लोकांना खूप आनंद झाला. बऱ्याच वर्षांपासून आमची जमीन पडीक होती. पावसाअभावी पीक येत नसे. शेतात फारसं काही उगवत नसल्यानं लोकांना कामच नसे. त्यामुळे सर्वांना वाटलं की, खाणकाम सुरू झालं तर आपल्याला कायमस्वरूपी काम मिळेल आणि कमाईदेखील.

पण आम्हाला वाटलं होतं तसं होणार नाहीये, हे कळायला आम्हाला फार वेळ लागला नाही. सरकारनं खाणीतील मोठ्या आणि बारीक-सारीक कामांची कंत्राटं वेगवेगळ्या कंपन्यांना दिली होती. या कंपन्यांनी आपलं काम उपठेकेदारांना दिलं. त्यांनी दूरवरून– बिहार आणि आंध्र प्रदेशातून– आपापले कामगार बोलावून घेतले होते.

कामाला सुरुवात झाल्या-झाल्या खोदकाम करणारी आणि ते उपसणारी मोठी यंत्रे घेऊन बाहेरगावची शेकडो माणसे आमच्या गावात आली. एका रात्रीत

असंख्य तंबू उभारले. कंत्राटदारासाठी पत्र्याच्या टपऱ्यांच्या रांगाच्या रांगा उभ्या केल्या गेल्या. अधिकाऱ्यांची घरे आणि ऑफिससाठी सिमेंट-विटांच्या इमारती बांधल्या गेल्या. लवकरच आमच्या भागाचा चेहरामोहरा बदलला. खाणी, यंत्रे आणि इमारतींनी आम्हाला वेढून टाकलं. एक काळ असा होता की, आमच्या सभोवती राहणारं प्रत्येक कुटुंब आम्हाला ठाऊक होतं– वीस किलोमीटर अंतरावरीलसुद्धा! पण आता आपला शेजारी कोण आहे, कुठून आलाय, हेदेखील कुणाला ठाऊक नसायचं. झुंडीनं आलेल्या लोकांची स्वतःची काहीच ओळख नसायची. खाणीवर काम करताना कुणी वारलं, तर त्याचा शोक करत बसायला ही कोणाला वेळ नसे. याउलट, आमच्या समाजात एखादा मनुष्य मेला की किती तरी दिवस सुतक पाळत. जगण्याची ही असली विचित्र तऱ्हा आम्ही कधी बघितली नव्हती. आमच्या समाजावर इतका विपरीत परिणाम झाला की, आमचे रीतीरिवाज अन् परंपरा हरपू लागल्या. इतकी अनोळखी माणसं आणि विचित्र तऱ्हांमुळे आमची भाषा, आमची परस्परांशी असलेली नाती, आमची जगण्याची पद्धत आणि आमचा धर्मदेखील लोप पावू लागला. काय घडतंय ते ध्यानात येण्यापूर्वीच आमचा परिसर बदलला आणि त्याबरोबरच आमचं जीवनही.

आता आमचं मोखडी गाव एखाद्या कारखान्यासारखं दिसू लागलं. गर्दीत, कानठळ्या बसणाऱ्या आवाजात, धूर अन् धुळीत आम्ही हरवून गेलो. हा बदल आमच्या पचनी पडेना. त्या वेळी मी आणि माझा भाऊ जानिया खूप लहान होतो. माझ्या वडिलांच्या मृत्यूनंतर माझ्या आईनं– म्हणजे बनानं– आम्हाला वाढवलं होतं. आमचं एकमेकांवर खूप प्रेम होतं. मी घरकाम, पाणी आणणं, जळण गोळा करणं आणि स्वयंपाक करणं ही कामं करत असे; तर जानिया आणि माझी आई शेती करत अन् गुरे चारत. पण आता आमचं आयुष्य बदलून गेलं.

सुरुवातीला आम्हाला समजेना की, आता काम तरी कोणतं करावं? पण माझ्या आईनंच धीर गोळा केला आणि आमच्या जीवनाची गाडी पुन्हा मार्गाला लावण्याचा निश्चय केला. त्यासाठी तिनं या बदललेल्या परिस्थितीचाच उपयोग करून घ्यायचा ठरवलं. माझ्या वडिलांच्या मृत्यूनंतर तिनं कित्येक संकटांचा धैर्यानं सामना केला होता. त्यामुळे ती सहजासहजी हार मानणाऱ्यातली नव्हती. दरम्यान, जानिया काम मागण्यासाठी इतरांप्रमाणेच रोज कंत्राटदारासमोर रांग लावून बसायचा. अधेमधे त्याला किरकोळ काम मिळेदेखील. त्या वेळी तो घरी थोडे पैसे आणून देई. सागवान आणि बांबूनं बांधलेलं आमचं घर खाणीपासून तसं जवळच होतं. आम्ही आमच्या जमिनीचा पडीक असलेला छोटा तुकडा विकून टाकला. आईनं ठरवलं की, त्या पैशातून एखादा छोटा व्यवसाय सुरू करायचा. पण कसला व्यवसाय करायचा, हे सुचत नव्हतं. हल्ली एक नवीन

बाजार सुरू झाला होता, त्यात सर्व काही विकत मिळे. कशाचीच कमतरता नव्हती. आता मिळू लागलेल्या काही गोष्टी आम्ही यापूर्वी कधीच पाहिलेल्या नव्हत्या. चहा आणि सिगारेटच्या टपऱ्या, भाज्या आणि धान्य दुकानं, कपडे आणि खेळण्याची दुकानं उभारली होती. देशी आणि विदेशी दारू-विक्रीची दुकानंही फटाफट उभी राहिली होती. बऱ्याच विचाराअंती आईनं ठरविलं की आमची पारंपरिक घरगुती दारू विकली, तर खूप फायदा होईल.

आमच्या आदिवासी संस्कृतीत आम्हाला लागणाऱ्या बहुतेक गोष्टी आम्हीच बनवतो– मीठ, लोखंडी अवजारे आणि दागदागिने सोडून सर्व काही. मोहाची फुले, गूळ किंवा तांदळापासून चांगली दारू कशी तयार करायची, ते आम्हा सर्वांना ठाऊक आहे. आमच्या धार्मिक आणि सामाजिक समारंभासाठी दारू लागे, त्या वेळी आम्ही मोठ्या प्रमाणात दारू तयार करत असू. त्यामुळे आता आम्ही आमचं घर वाढवलं. टेबल-खुर्च्या, पेले आणि दारू बनवायला व विकायला आवश्यक ते सर्व सामान विकत घेतलं. आमच्या घरगुती दारूचं उत्पादन अन् विक्री सुरू झाली. दिवसभर खाणीत राबल्यानंतर काही मजुरांना संध्याकाळी छानपैकी दारू ढोसायला आवडे. अशा कामगारांमध्ये आमची घरगुती दारू लगेचच लोकप्रिय झाली. परगावातून आलेले कामगार आपलं कुटुंब गावीच ठेवून आले होते. त्यामुळे एकटेपणा विसरण्यासाठी त्यातील बरेच जण काम संपल्यावर पिण्यात अन् जुगारात वेळ घालवायचे. त्यामुळे आमच्या दारूला खूपच मागणी होती, कारण ती स्वस्त अन् तरीही चांगल्या प्रतीची होती. गावठी दारूचं तसं नव्हतं. तिच्यात भेसळीची शक्यता असे. त्यामुळे आमचा धंदा जोरात चालू लागला.

तुम्हाला वाटेल की, आमच्या व्यवसायातील बदल सहजरीत्या झाला व तो आमच्या दृष्टीनं सुखद होता; पण तसं काही नव्हतं. गोष्ट नेमकी उलट होती. यापूर्वी आम्ही इतके कष्ट कधीच उपसले नव्हते. आता मला अन् आईला दारू गाळण्यासाठी पहाटे पाचला उठावं लागे. खरं तर दारूची तयारी आदल्या दिवशीच सुरू करावी लागे. कच्चा माल विकत घेऊन तो योग्य प्रमाणात भिजवावा लागे. तो आंबवणं, अर्क काढणं, तो उकळणं आणि शेवटी येणारी वाफ थंड करून दारू साठवणं– अशी सर्व कामं करावी लागत. जळणाचे पैसे वाचवण्यासाठी मी कित्येक किलोमीटर अंतर चालून लाकूडफाटा गोळा करून आणी. दूरवरून मडकी भरून पाणी आणी. जुन्याच बाटल्यांत दारू भरण्यासाठी त्या धुऊन स्वच्छ करी आणि इतरही कामं संपता संपत नसत. आम्ही यशस्वी झालेलो पाहून आणखी एका कुटुंबानं हाच धंदा सुरू केला. स्पर्धेत टिकून राहण्यासाठी आम्हाला दारूसोबत कोंबडी, मासे आणि इतर खाद्यपदार्थ ठेवणं

भाग पडलं. माझी आई अत्यंत चविष्ट जेवण बनवी आणि मी ते दारूसोबत गिऱ्हाइकांना देत असे. गिऱ्हाइकांचा राबता दिवसभर असे. कारण कामगार वेगवेगळ्या पाळ्यांतून काम करत. त्यामुळे ते आमच्या *धाब्यावर*, म्हणजेच बनाबाईच्या *धाब्यावर* आळीपाळीनं येत. या कारणानं आम्हाला क्षणभरही विश्रांती मिळेना. आराम पार हराम झाला.

जानियाची आम्हाला काय मदत होई म्हणता? तो सकाळी सर्व खरेदी करे आणि नेहमीप्रमाणे खाणीत पूर्णवेळ काम मिळावं म्हणून रांगेत उभा राही. त्याला कायम नोकरी लागावी, अशी आमची मनापासून इच्छा होती, कारण आमचा धंदा बेभरवशाचा होता. त्यामुळे कुटुंबात कमाईचे कमीत कमी दोन मार्ग असावेत, असं आम्हाला वाटे. स्थानिक लोकांना कायमची नोकरी देत नसत. तरीपण जानियानं त्या कंत्राटदारांकडे दररोज जाऊन आपलं नशीब अजमावणं सुरूच ठेवलं. पण त्याला कधी कधी फक्त किरकोळ काम मिळे.

आई खूप कष्ट करी अन् तिच्या शिकवणुकीमुळे मीही करीत असे. आता आमची कमाई बऱ्यापैकी होऊ लागली होती. लवकरच आई बचतही करू लागली– आमच्या लग्नासाठी, पावसाळ्यातील मंदीच्या दिवसांसाठी आणि तिच्या म्हातारपणासाठी. पण तो काळ मोठा खडतर होता. माझं अंग दररोज मोडून येई. कित्येकदा यातून सुटकेसाठी पळून जावं, असं वाटे. आमच्या आयुष्यातून मौजमजा निघून गेली अन् उरलं केवळ काम, काम आणि काम! आम्हाला पुरेशी झोपही मिळेना. कारण रात्री नऊनंतरच आमचा व्यवसाय चांगला चाले. दर रात्री बारा वाजता पिऊन तर्र झालेल्या काही गिऱ्हाइकांना जबरदस्तीनं बाहेर काढावं लागे. मगच आमचा दिवस संपे. दुकान बंद केल्यानंतर तिथली स्वच्छता करून उद्याची तयारी करायला लागे. पहाटे एकला आम्ही झोपायचो आणि पुन्हा पाच वाजता उठून कामाला लागायचो. दिवसेंदिवस, महिनोन्महिने एकही सुट्टी न घेता हा असा आमचा दिनक्रम झाला.

चला, लवकर पुढची हकिगत सांगते, नाही तर माझं रडगाणं कधी संपणारच नाही. आमच्या नेहमीच्या गिऱ्हाइकांत एक विशिष्ट व्यक्ती कालुसिंग आमच्या *धाब्यावर* दर संध्याकाळी येत असे. खाणीवरील एका उपठेकेदाराकडे तो क्रेन आणि ट्रक मेकॅनिक म्हणून कामावर होता. कालुसिंग रात्री बरोबर दहाच्या ठोक्याला येई, एक प्लेट चिकन अन् दारूच्या एका बाटलीची ऑर्डर देई. बिलाचे पैसे देऊन बरोबर अकरा वाजता निघून जाई. हा त्याचा ठरलेला दिनक्रम होता. आमच्या काही गिऱ्हाइकांनी आईला सल्ला दिला की, त्यांच्या कंपनीत जानियाला कामाला घेण्यासाठी त्याच्याकडे शब्द टाका. कारण त्याच्या मालकाकडे त्याचा चांगला वट होता. त्यामुळे एके दिवशी माझ्या आईनं त्याला जानियाला

काम मिळवून देण्यासाठी मदत करण्याची विनंती केली. त्यानं लगेच माझ्या भावाला दुसऱ्या दिवशी भेटण्यास सांगितलं आणि एका कंपनीत क्लीनर म्हणून चिकटवून दिलं. ती कंपनी खाणकामाच्या ठिकाणावरून लांबवरच्या प्रदेशाकडे सामान वाहतूक करी. माझ्या भावाला महिना हजार रुपये पगार ठरला. ह्या केलेल्या उपकारामुळे आम्ही कालुसिंगचे ऋणी झालो. कारण नोकरी मिळणं किती कठीण आहे, हे आम्ही अनुभवलं होतं.

माझी आई खूप स्वाभिमानी स्त्री आहे. तिला कुणाचे उपकार ठेवून घ्यायला आवडत नाही. माझे वडील अचानक वारले, तेव्हाही तिनं मदतीसाठी कुणापुढं तोंड वेंगाडलं नव्हतं. दुसऱ्याचे उपकार घेणारी माणसं नव्हतोच आम्ही. म्हणूनच आई आता कालुसिंगची खास सरबराई करू लागली. ती त्याला चिकनचा उत्तम तुकडा आणि दारूची उत्तम बाटली फुकट देऊ लागली. जानिया कामानिमित्त बहुतेक करून बाहेरगावी राहत असे, तो आठवड्यातून एकदाच घरी येई. पण त्यामुळे आमच्या दृष्टीनं काही फरक पडला नव्हता. आम्ही त्याच्याऐवजी कालुसिंगला जेवायला घालत होतो. आणि सर्वांत महत्त्वाचं म्हणजे, अशा प्रकारे आम्ही कालुसिंगने आमच्यावर केलेल्या उपकाराची परतफेड करत होतो.

याखेरीज जानिया नसल्यामुळे आम्ही कालुसिंगवर बरेच अवलंबून राहू लागलो. आमच्या दारूच्या धंद्यात एका क्षणार्धात स्थिती हाताबाहेर जाऊ शकते. त्यामुळे त्याचा आधार असणं, हे आमच्या दृष्टीनं चांगलंच होतं. तो आम्हाला विविध प्रकारे मदत करी. माझा भाऊ नसल्यानं आमच्या आयुष्यात जी पोकळी निर्माण झाली होती, ती त्यानं भरून काढली. तो रात्री बारा वाजेपर्यंत थांबे आणि त्या दिवशीचा धंदा आवरायला आम्हाला मदत करून नंतरच निघून जाई. आमच्या शेवटच्या गुंड गिऱ्हाइकाला तोच हाकले. याआधी माझा भाऊ वेळेवर पैसे न देणाऱ्या गिऱ्हाइकाकडून पैसे गोळा करी, पण आता कालुसिंग ते काम करी. खरं तर त्याला पैसे वसूल करण्यासाठी मुद्दाम फेरी मारावी लागतच नसे; सर्व जण त्याला इतके टरकून असत की, त्यानं फक्त निरोप पाठवला की लगेच आमच्याकडे थकबाकी पाठवली जाई. तो आमची इतरही कामे करी. घरच्यांपैकीच होऊन गेला तो. त्यानं आमच्या घरातील पुरुषाची जागा घेतली.

मला सांगा, या परिस्थितीत मी त्याच्या निकट येणं साहजिकच होतं की नाही? तो आमच्या जमातीचा नसूनदेखील मी त्याच्या प्रेमात पडले आणि त्याच्यावर विश्वास ठेवला, यात माझी काय चूक? मी त्याच्याकडे आकर्षित का झाले याची अनेक कारणं होती; पण मुख्य कारण आमचा सहवास हेच होतं. माझं वयच तसं होतं. आमच्या आयुष्यातील त्याच्या अस्तित्वामुळे मी त्याच्याकडे ओढली गेले. त्याचं व्यक्तिमत्त्व जबरदस्त होतं आणि त्याचा एक दबदबा होता.

त्यामानानं इतर मुलं किरकोळ वाटत. माझ्या जागी दुसरी कुठली मुलगी असती, तरी ती त्याच्याकडे आकर्षित झालीच असती.

खरं सांगते, माझ्या एकटीबाबतच असं विशेष वेगळं घडलेलं नव्हतं, आमच्या भागातील अनेक मुली अशा परगावच्या माणसांबरोबर पळून गेल्या होत्या. इतके सारे परमुलखातील लोक गावात आल्यावर असं होणारच. याहीपेक्षा अधिक म्हणजे, कालुसिंग माझ्याकडे विशेष लक्ष देई. माझ्या आईसकट सर्व जण त्याच्याशी आदरानं बोलत. त्याच्या विरुद्ध ब्र काढण्याची कोणाची हिंमत नसे. असा माणूस माझ्याकडे लक्ष देतो याचा मला आनंद होत असे. यामुळे आपल्याला महत्त्व आहे, आपणही खास आहोत, अशी भावना मनात येई. त्याच्यामुळे आमचं जीवन किती सुलभ आणि सुखी झालं होतं!

मला खात्री होती की, आमच्यात काय चाललंय याची माझ्या आईला कल्पना आली असणार; पण तिनं कधीही आक्षेप घेतला नाही. कशी घेईल? तिच्यावर कालुसिंगचे उपकार तर होतेच, खेरीज आमचं आयुष्य त्याच्याशिवाय चालणं अवघड होऊन बसलं होतं. आईनं कधी विरोध केला नाही, त्यामुळे मला वाटलं की, तिची आमच्या प्रेमाला मान्यता आहे आणि म्हणूनच एके दिवशी जेव्हा आईनं मला तिचा निर्णय सांगितला, तेव्हा मला धक्काच बसला. जवळच्या गावातील एका मातब्बर जमीनदार कुटुंबाकडून माझ्यासाठी लग्नाचा प्रस्ताव आला होता. आईनं तो मान्य करायचं ठरवलं होतं. त्या कुटुंबाला आपली मुलगी जानियाला द्यायची होती. हा एक चांगला प्रस्ताव होता, कारण मग आम्हाला जानियाच्या वधूला लग्नात दक्षिणा द्यावी लागली नसती. एका हातानं मुलगी देणं आणि त्या बदल्यात दुसऱ्या हातानं सून घेणं, असा हा व्यवहार होता. त्यामुळे बरंचसं झंझट आणि खर्च वाचला असता. सर्वच दृष्टीनं हा प्रस्ताव सर्वांना सोईचा होता; फक्त मला सोडून.

ह्या नवीन घडामोडीमुळे मी दुःखी झाले. सर्व काही ठाऊक असूनही माझी आई माझ्याबाबतीत हे असं कसं करू शकते, हेच मला समजेना. अखेर मी धीर गोळा केला आणि 'मला कालुसिंगशी लग्न करायचंय', असं तिला सांगून टाकलं. कालुसिंग आमच्या कुटुंबाचाच एक भाग असल्यासारखा होता, त्यामुळे आमच्या संबंधांचा ती स्वीकार करेल, असं वाटलं होतं. पण घडलं नेमकं उलटं! माझ्या आईला धक्काच बसला आणि ती माझ्यावर उखडली. कालुसिंग तुझ्या दुप्पट वयाचा आहे, असा तिनं माझ्याशी वाद घातला. "तुझा बाप शोभेल तो. त्याच्याशी मैत्री असणं आणि त्याच्याशी लग्न करणं, या दोन फार वेगळ्या गोष्टी आहेत. आपल्याला त्याच्या कुटुंबाची माहिती नाहीये; तो त्यासंबंधी कधीच सांगत नाही. त्याला अजूनही बायको-पोरं नाहीत, हे विचित्र वाटतं. हा त्यांना

कुठं तरी ठेवून आला असेल,'' असं ती म्हणाली. याच्यासारख्या माणसाचं लग्न व्हायचं राहणारच नाही, असं तिनं ठासून सांगितलं. तिनं मला पटवून द्यायचा खूप प्रयत्न केला. आपल्याला त्याच्या समाजाची, त्याच्या गावाची अगर त्याच्या धर्माची माहिती नाही. याही पुढची गोष्ट म्हणजे, त्याला दारू पिण्याची सवय आहे, त्याची गुंडांमध्ये ऊठबस आहे आणि त्याचा वरचेवर तंटा-बखेडा होत असतो. कालुसिंग आतापर्यंत आईचा लाडका होता आणि आता तिला त्याची एकही गोष्ट आवडत नाहीये, हे मला विचित्र वाटू लागलं.

मी राजी होत नाही म्हटल्यावर आई मला कालुसिंगची भीती दाखवू लागली. ती म्हणाली, "त्याच्या कामाचं स्वरूप असं आहे की, त्याला या देशाच्या कुठल्याही कोपऱ्यात जावं लागेल आणि मग घरापासून दूर असल्यामुळे तुला त्याच्या मर्जीवर अवलंबून राहावं लागेल.'' तिनं आमच्या गावातील अनेक अशा मुलींची उदाहरणं दिली की, ज्या खाणीवरल्या परप्रांतीयांबरोबर पळून गेल्या आणि आता त्यांचा ठावठिकाणाही लागत नव्हता. कालुसिंगमुळे माझ्याही वाट्याला हेच येणार, याची तिला खात्री होती. आईनं मला परोपरीनं नाउमेद करण्याचा प्रयत्न केला. पण मी ऐकण्याच्या मन:स्थितीत नव्हते. मी त्याच्या प्रेमात वेडी झाली होते. शेवटी तिनं मला समजावण्याचं सोडून दिलं आणि कठोरपणे वागायला सुरुवात केली. तिनं जाहीर करून टाकलं की, काय वाट्टेल ते होऊ दे, ती माझं लग्न कालुसिंगशी होऊ देणार नाही.

त्या आठवड्यात जानिया घरी आल्यावर आईनं त्याला सर्व हकिगत सांगितली. त्या दिवसापासून जानियानं नोकरी सोडून दिली आणि पूर्णवेळ घरी राहायला सुरुवात केली. दोघांनी मिळून माझ्यावर अनेक बंधनं घातली. मी गिऱ्हाइकांची सरबराई करायची नाही, कुणाशी बोलायचं नाही, संडास व अंघोळीखेरीज घराबाहेर पाऊल टाकायचं नाही– अशी. आता आईला कामात जानिया मदत करू लागला. जानियानं नोकरी सोडून दिल्यामुळे आता आम्ही कुणाच्या ऋणातही नव्हतो. त्या दोघांची कालुसिंगशी वागण्याची पद्धतही बदलली. माझा भाऊ आणि आई त्याच्याशी तुटक वागू लागले. काही तरी बिनसलंय, हे कालुसिंगलाही जाणवलं आणि तो घरी येईनासा झाला. त्याबरोबर लगेच आईनं जानिया आणि माझ्यासाठी शेजारच्या गावातील कुटुंबानं दिलेला प्रस्ताव स्वीकारला. घरी खूप आनंदाचं वातावरण पसरलं; पण मला जगबुडी झाल्यासारखं वाटू लागलं.

सापळ्यात अडकल्यासारखी माझी तडफड सुरू झाली. माझ्या आईला अन् भावाला राजी करणं शक्यच नव्हतं, हे स्पष्ट होतं. माझं प्रेम त्यांना मुळीच पसंत नव्हतं. शिवाय जमातीबाहेर लग्न करणं त्यांच्या दृष्टीनं निषिद्ध होतं. माझं ठरलेलं लग्न मोडलं, तर कुटुंबाचं नाव बद्दू झालं असतं. त्यामुळे माझ्या भावाचं

लग्नही मोडलं असतं आणि आमच्या जमातीच्या परंपरेनुसार भावी सासरच्या माणसांची मानहानी केल्याबद्दल नुकसानभरपाईपोटी मोठा दंड द्यावा लागला असता. तरीपण मी कालुसिंगला विसरू शकत नव्हते. मला त्याची कायमची साथ हवी होती, दुसरं काहीही नको होतं.

या परिस्थितीतून कालुसिंगच मार्ग काढू शकला असता. एके दिवशी मला गुपचूप त्याला भेटण्यात यश आलं आणि मी त्याच्याकडे प्रेमयाचना केली. माझं रडणं पाहून 'माझ्याबरोबर पळून जाण्याचं धाडस आहे का?' असं त्यानं मला विचारलं. ते ऐकून मला फार हायसं वाटलं; कारण त्याचंही माझ्यावर प्रेम आहे अन् माझ्यासाठी तो धोका पत्करायला तयार आहे, हे मला जाणवलं. 'मी आत्ता, या क्षणी तुझ्याबरोबर पळून जायला तयार आहे', असं मी त्याला सांगितलं. माझा निश्चय पाहून कालुसिंग खूश झाला आणि त्यानं आमच्या सुटकेची योजना आखण्याचं वचन दिलं. एवढं सांगून त्यानं घरी परत जाण्यासाठी माझं मन वळवलं आणि त्याच्या कंपनीचं ह्या भागातील कंत्राट संपून कुठल्या तरी दुसऱ्या राज्यात नवीन काम सुरू करेपर्यंत धीर धरायला सांगितलं. 'एकदा का माझ्या कंपनीनं ह्या खाणीतील काम गुंडाळलं, की शेवटच्या ट्रकमधून आपण पळून जाऊ आणि कुणाला सापडणार नाही अशा ठिकाणी जाऊ', अशी त्यानं मला ग्वाही दिली. पण त्याच्या कंपनीचं कंत्राट संपेपर्यंत तीन-चार महिने तरी मला वाट पाहावी लागेल, असं तो म्हणाला. यात काही अडचण नव्हती, कारण माझं लग्न आणखी एक वर्षभर तरी होणार नव्हतं.

आता माझ्या वागण्यात बदल झाल्यामुळे घरचं वातावरण परत पूर्वीप्रमाणे झालं. मी रडायचं किंवा त्रागा करायचं सोडून दिलं. यामुळे माझे कुटुंबीय निवांत झाले. मी माझ्या लग्नाला उत्सुक आहे, असा बहाणा करणं सोप्पं गेलं. कारण लग्नाच्या तयारीत, दागिने खरेदीत, वधूच्या कपड्यांवर कशिदाकाम करण्यात आणि माझ्या भावी सासरघरी होणाऱ्या सर्व समारंभांत मीही जानियासह सहभाग घेऊ लागले. माझ्या आईला फसवणं कठीण नव्हतं. अखेर मला तिचा युक्तिवाद पटलाय, असा तिचा समज झाला. कालुसिंग आमच्या घराकडे फिरकतही नव्हता. त्यामुळे सर्वांचा माझ्यावर विश्वास बसला. माझ्यावरील नियंत्रण हळूहळू सैलावलं आणि पाणी, जळण आणणं, गिऱ्हाइकांची सरबराई वगैरे दैनंदिन कामं करण्याचं स्वातंत्र्य मला मिळू लागलं. अशा रीतीनं काही महिने सरले. पावसाळा सुरू होताच खाणीतील काम सरलं आणि अनेक उपठेकेदार आपलं काम संपवून येथून निघून जाऊ लागले. लवकरच कालुसिंगच्या कंपनीचीही बारी आली.

आमच्या योजनेप्रमाणे एक दिवस मी जळण आणण्याच्या रोजच्या फेरीला जाताना कालुसिंगने माझी गाठ घेतली. त्याच्या कंपनीचा शेवटचा ट्रक दोन

दिवसांत कामाचं ठिकाण सोडून जाणार होता. त्या ट्रकमधून पळून जाण्यासाठी त्यानं मला तयार राहण्यास सांगितलं. पहाटे तीन वाजता, जेव्हा शांतता आणि काळोख असतो अशा वेळी, माझ्यासह पळून जाण्यासाठी त्यानं ट्रकची व्यवस्था केली होती. सर्व व्यवस्था झाल्यानं मला आनंद व्हायला हवा होता, परंतु गंमत म्हणजे, मला तो झाला नाही. भीती, काळजी, अपराधीपणा आणि घर व कुटुंबीयांना सोडून जाण्यामुळे दु:ख– अशा साऱ्या भावना माझ्या मनात दाटून आल्या. माझ्या पोटात कसंसंच होऊ लागलं. ते दोन दिवस मी भयानक उदासीनतेत घालवले.

मग आली माझ्या प्रयाणाची रात्र. मी जागीच होते; मात्र दिवसभराच्या श्रमानंतर माझी आई अन् भाऊ निश्चिंतपणे झोपले होते. त्यांना इतकी गाढ झोप लागली होती की, पहाट झाल्याशिवाय ते उठले नसते. माझी निघण्याची वेळ झाल्यावर मी उठले. माझ्या साऱ्या वस्तू भरून ठेवलेली बॅग उचलली. त्यात माझ्या लग्नासाठी तयार केलेल्या वस्तूही होत्या. माझ्या आईनं साठवलेले पैसे घेतले आणि मी पळून गेले. भीतीनं मी थरथर कापत होते. काही अंतरावर ठरलेल्या ठिकाणी कालुसिंग माझी वाट पाहत असलेला दिसला, तेव्हा मला हुश्श झालं. मला या सर्वांचं इतकं दडपण आलं होतं की, मी त्याच्या मिठीत कोसळले अन् माझी शुद्ध हरपली. जेमतेम एका वर्षाची ओळख असलेल्या माणसाच्या प्रेमात पडल्यानं मला आई आणि भावाला सोडून जायला लागलं होतं. अशा प्रकारे माझ्याच कुटुंबीयांना लुटून, त्यांची मानहानी करून, मागमूसदेखील न ठेवता आम्ही पळून गेलो.

चार दिवस अन् चार रात्री प्रवास करत आम्ही चार राज्ये ओलांडली आणि हजारीबागला पोचलो. या शहरापासून काही अंतरावर कालुसिंगच्या कंपनीनं नवीन कंत्राट घेतलं होतं. हजारीबागला एक रात्र आम्ही लॉजमध्ये राहिलो आणि दुसऱ्या दिवशी एक लहान घर भाड्यानं घेऊन आमच्या संसाराला सुरुवात केली. घरातून चोरलेल्या पैशातून आम्ही हे घर छान सजवलं. कालुसिंग कामाला जाई आणि मी घर सांभाळी. बहुतेक सगळा वेळ मी एकटीच असल्यानं काम फारसं नव्हतंच. त्यामुळे मी आराम करी किंवा मनाला येईल तसा वेळ घालवी. पूर्वी घरात मानमोडेस्तोवर काम करावं लागत असल्यानं आत्ताचा हा बदल मला चांगलाच मानवला. कधी कधी मात्र खूप कंटाळा येई अन् एकटेपणा जाणवे, कारण हा परमुलुख होता अन् येथील पद्धती, भाषा अन् रीतीरिवाज अनोळखी होते. पण माझ्या प्रेमाच्या जोरावर मी तग धरून राहिले. कालुसिंग जेव्हा घरी असे; तेव्हा आम्ही सिनेमा बघणं, बाहेर खाणं अशी खूप मजा करत असू आणि अशा प्रकारे आयुष्यातील आनंद उपभोगत असू. पण तो क्वचितच घरी असायचा,

कारण त्याचं कामाचं ठिकाण घरापासून खूप लांब होतं. मला त्याच्यासोबत खाणीजवळ राहण्याची इच्छा होती, पण ते शक्य झालं नाही, कारण त्याच्या कंपनीचं कंत्राट थोड्याच दिवसांचं होतं. त्यामुळे कामाच्या ठिकाणी कुटुंबांसाठी घरं बांधली नव्हती. सर्व कामगारांना एकाच पत्र्याच्या शेडमध्ये कोंबण्यात आलं होतं. त्यामुळे मी हजारीबागला राहत होते, तेच बरं होतं.

आम्ही नवरा-बायकोप्रमाणे राहू लागलो. परंतु काही दिवसांनी मी त्याच्याशी लग्न करण्याची इच्छा बोलून दाखवली. कालुसिंगने लगेच होकार दिला. माझी वार्षिक रजा मंजूर झाली की, माझ्या गावी जाऊ अन् घरचे लोक आणि मित्रपरिवारासमोर लग्न समारंभ करू, असं त्यानं मला वचन दिलं. त्याचं गाव हिमाचल प्रदेशात होतं. लग्न झाल्यानंतर तेथील सुंदर-सुंदर सर्व ठिकाणं पाहण्याची आम्ही मनोराज्यं रचू लागलो. संशय घ्यायला काहीच जागा नव्हती. पण काळ जाईल तसतशी मात्र चिंता वाटू लागली, कारण कालुसिंगला रजा मिळेना आणि आमचं लग्नही होईना. जेव्हा जेव्हा मी लग्नाचा विषय काढी, तो ठरावीक उत्तर देई– "माझ्या कंपनीनं रजा मंजूर केली की लगेच लग्न करू." हे असं आणखी काही महिने सुरू राहिलं. या वेळेपर्यंत मला गरोदर राहून चार महिने झाले होते. त्यामुळे माझी आणखी वाट पाहण्याची तयारी नव्हती. लवकरच माझं पोट दिसायला लागेल; त्याच्या आतच त्याच्या गावी जाऊन लग्न करायला हवं होतं. या वेळी माझं कालुसिंगशी पहिल्यांदा भांडण झालं. मी त्याला अंतिम मुदत दिली. तसं त्यानं मला दोन आठवड्यांच्या आत गावी नेण्याचं वचन दिलं. माझी रजा लवकरच मंजूर होईल, असं तो म्हणाला. पुन्हा एकदा मी त्याच्यावर विश्वास ठेवला.

त्यानंतर एका रविवारी कालुसिंग घरी आला नाही. हे जरा वेगळंच घडलं होतं. कारण निदान रविवारी तरी तो घरी येत असे. पहिल्यांदा मला काळजी वाटली नाही. मला वाटलं, कदाचित कामाच्या ठिकाणी तातडीचं काम निघालं असेल; पण तो त्यानंतर आणखी दोन दिवस घरी आला नाही, तेव्हा मी अस्वस्थ झाले. मी खाणीकडे जाणारी बस पकडली. आधीच्या घराकडील खाणीपेक्षा या खाणी खूपच मोठ्या होत्या. बऱ्याच मोठ्या परिसरात त्या पसरलेल्या होत्या. तिथं सगळा सावळा गोंधळ होता. तुम्ही स्वत: पाहिलं तरच तुमच्या लक्षात येईल की, खाणीची जागा किती भयानक असते ते. अशा जागी कोणाला कोणाची ओळख नसते. कालुसिंगच्या कंपनीचा तळ कुठे आहे, हे शोधायला मला कित्येक तास लागले. चौकशी केल्यावर समजलं की, त्याच्या कंपनीनं दोन महिन्यांपूर्वीच गाशा गुंडाळला होता. ते ऐकून मला धक्काच बसला. कंपनी केव्हाच ती जागा सोडून गेली होती. तिचं पुढील कंत्राट कुठं आहे, हे कुणालाच ठाऊक नव्हतं.

कुणी म्हणे, ती ओरिसामधील खाणीवर गेली आहे; तर कुणी म्हणे, तमिळनाडूला; तर कुणी म्हणे, उत्तर प्रदेशला. ही सगळी ठिकाणं कुठं होती याची मला काहीच कल्पना नव्हती.

त्या वेळी माझ्या डोक्यात प्रकाश पडला की, कालुसिंगनं मला फसवलंय. माझ्या डोक्यावर आभाळच कोसळलं. पुढं काय करावं, हे मला सुचेना. कसं कोण जाणे, मी जराशी जागरूकता दाखवून त्या कंपनीच्या मॅनेजरचे फोन नंबर घेतले. मी त्यांच्या कलकत्ता येथील मुख्य ऑफिसला फोन लावला, तर त्या मॅनेजरनं मुळीच सहकार्य केलं नाही. तो म्हणाला की, आमची कंत्राटं पूर्ण देशभर दूरवर विखुरलेली आहेत, आमचे पाच हजार कामगार आहेत आणि त्यातील बहुतेक ठेक्यावर नेमलेले असतात. प्रत्येक कामगाराचा माग काढण्याची आणि त्याच्या ठावठिकाण्याची नोंद ठेवण्याची आमच्याकडे पद्धत नाही, असं मला सुनावण्यात आलं. मी पुन: पुन्हा फोन केल्यानंतर आणि त्याच्या खनपटीला बसल्यानंतर कुठं त्यानं कालुसिंगची माहिती काढली. त्यानं मला सांगितलं की, कालुसिंगनं त्यांच्याकडे कामाचं कंत्राट घेतलं होतं आणि तो दोन महिन्यांपूर्वी कंपनी सोडून निघून गेला. आता तो त्यांच्याकडे कामावर नाहीये आणि इथून पुढं आणखी काही मदत आम्ही करू शकणार नाही. बस्स.

माझी काय स्थिती झाली असेल? या कंपन्यांना त्यांच्या कामगारांची अन् त्यांच्या कुटुंबाची काही पर्वा नसते. पुरुष देशभर फिरत असताना, मागं गावात कोण राहातं याच्याशी त्यांना देणं-घेणं नसतं. घराकडील खाणीत कित्येक मजूर काम करताना मेलेले आम्ही पाहिले होते; पण कंपन्या ही बातमी त्यांच्या घरातल्यांना कळवण्याची तसदीसुद्धा घेत नसत, मग नुकसान-भरपाई देणं तर राहिलं दूरच. अशा मजुरांच्या कुटुंबांची परवड होते. कायमची नोकरी नसल्यानं कामगार वाट्टेल तेव्हा सोडूनही जातात.

कालुसिंग मला सोडून गेला, हे मला स्पष्ट समजलं. आईचं त्याच्याबद्दलचं म्हणणं खरं ठरलं, हे माझ्या शेवटी ध्यानात आलं. आमच्या गावातील इतर सर्व मुलींप्रमाणेच माझाही बळी गेला. कालुसिंगला शोधण्याची अगदी अंधुक आशा होती, तरी मी ती सहजासहजी सोडणार नव्हते. माझं घरातील सामान आणि उरलेले दागदागिने विकून मी हिमाचल प्रदेशला जाण्यासाठी दूरवरचा आणि दमछाक करणारा प्रवास सुरू केला. कालुसिंगनं त्याचं गाव म्हणून जे नाव सांगितलं होतं, ते गाव मला शोधून काढायचं होतं. गाव तर मला मिळालं, पण त्याचं घर तिथं नव्हतं. मला याची अपेक्षा होतीच. त्याचं नावदेखील तिथं कोणाला ठाऊक नव्हतं. या शोधकामात एकच झालं– ते म्हणजे, माझ्याजवळचा होता नव्हता तो सगळा पैसा संपून गेला.

पुढं काय करायचं; कळत नव्हतं. कुलूच्या रस्त्यावर मी वेड्यासारखी भटकू लागले. शेवटी एक दिवस रस्त्यावरच कोसळले. काही दयाळू लोकांनी मला उचललं आणि एका दवाखान्यात दाखल केलं. उपचार करण्यासाठी पैसेही दिले. दवाखान्यात मी डॉक्टरांना विनंती केली की, माझ्या पोटातील जीव पाडून माझी सुटका करावी. पण आतील बाळ आतापर्यंत बरंच मोठं झालं होतं. त्यामुळे तसं करणं अशक्य आहे आणि बेकायदा आहे, असं त्यांनी मला सांगितलं. थोड्याच दिवसांत मला दवाखान्यातून सोडण्याची वेळ आली; पण रिकामा बटवा आणि वाढलेलं पोट घेऊन मी कुठं जाणार होते? माझ्यासारख्या बाईला कुणीच थारा दिला नसता. पण मला माझ्या आईकडे जावंसं वाटलं. ती मला परत घरात घेईल, असं मला वाटलं. दवाखान्याच्या लोकांनी पोलिसांत माझी माहिती दिली, त्यांनी माझी घरी जाण्याची व्यवस्था केली. एक वर्ष गायब राहून, घरच्यांनी साठवलेले पैसे घालवून, त्या सर्वांना लाजेनं मान खाली घालायला लावल्यानंतर मी परत आईच्या पायाशी लोटांगण घातलं– पोटातील नकोशा बाळासह.

मी जिवंत परत आले, हे पाहून आईनं सुटकेचा श्वास सोडला. नाही तर गावांतील इतर मुलींचा पुढे पत्ताच लागला नव्हता. तिनं मला कुशीत घेतलं आणि तिच्या गालांवरून अश्रू ओघळू लागले. पण माझा भाऊ संतापला. त्याचंही बरोबरच होतं म्हणा. त्यानं मला बडवून काढलं, मला वेश्या म्हणून शिव्या दिल्या आणि 'घरी परत येण्याऐवजी मेली का नाहीस', असंदेखील विचारलं. माझ्यामुळे त्यांना समाजात मान खाली घालायला लागली होती. जानियाचं लग्न मोडलं होतं आणि भावी सासरच्यांची मानहानी केल्याबद्दल त्यांना जबरदस्त नुकसानभरपाई द्यावी लागली होती. आता त्याला आमच्या जमातीतून मुलगी मिळण्याची शक्यता कमीच होती. लोक त्याच्याकडे बोट दाखवून टोमणे मारत. त्यांना रोजचं जगणंदेखील अवघड झालं होतं.

जानियाला दोष देण्यात अर्थ नाही. त्याची मुळीच चूक नाही. सगळी चूक माझीच होती. मीच त्यांची प्रतिष्ठा धुळीस मिळवली. आमचं कुटुंब आणि जमातीचा अपमान केला होता. पाप करून मी माझ्या पूर्वजांची लाज काढली होती. माझ्यामुळे माझं घर आमच्या जमातीनं वाळीत टाकलं होतं. मी वाईट वागले होते. माझ्या ओटीत पाप वाढत होतं. मी चारित्र्यहीन आणि बदफैली होते. जानिया म्हणत होता ते बरोबर होतं. मी या लोकांवर किती आघात केलाय, हे कालुसिंगनं मला टाकून दिल्यावरच माझ्या ध्यानात आलं. भरीत भर म्हणजे, मी लवकरच एका मुलाला जन्म देणार होते. माझ्या भावाला हे सहन होईना; कुणालाही सहन झालं नसतं म्हणा. जानियाच्या संतापाला सीमा नव्हती. आई नसती, तर त्यानं लाथा मारून मला घरातून हाकलूनच दिलं असतं. शेवटी तो

सांगून मोकळा झाला की, आईनं त्याच्या-माझ्यातील एकाची निवड करावी. कारण तो माझ्याबरोबर एका घरात राहणार नाही.

माझी आई प्रचंड दबावाखाली येऊन द्विधा मन:स्थितीत सापडली. तिचं आम्हा दोघांवर प्रेम होतं. पण म्हातारपणी मुलगाच सांभाळ करणार याची तिला कल्पना होती. तो तिचा वारस होता. त्याला घराबाहेर कसं घालवणार? शिवाय मी त्यांचा घात केला होता. तरीपण ती मला घालवून देऊ शकली नाही. कदाचित माझ्या दयनीय स्थितीबद्दल ती स्वत:ला दोषी मानत असावी. मी कालुसिंगकडे ओढली जात असतेवेळी तिनं मला रोखलं नव्हतं, कारण आम्ही त्याच्यावर अवलंबून होतो. त्याबद्दल तिला अपराधी वाटत असावं. कालुसिंगची मदत घेतल्याबद्दल आणि त्याला आमच्या घरात व कुटुंबात शिरकाव करू दिल्याबद्दल ती स्वत:ला माफ करू शकत नसावी. जानियाला नोकरी लावली म्हणून तिनंच त्याची खास सरबराई करायला सुरुवात केली होती. मला घालवून द्यायला माझ्या आईचं मन होईना; मी ज्या स्थितीत होते, त्यामुळे तर जास्तच. स्वत: स्त्री असल्यामुळे मी किती असहाय आहे, हे तिला कळत होतं. त्यामुळे मला हाकलून दिलं तर मी जीव देईन याची तिला कल्पना होती. एकदा निश्चय केल्यानंतर तिनं कोणाचंच ऐकलं नाही; माझ्या भावाचंदेखील. कर्तव्यनिष्ठ मुलगा आणि वाट चुकलेली मुलगी यातून कोणा एकाला निवडायचं– हा तिच्या आयुष्यातील सर्वांत कठीण निर्णय होता. माझ्या आईनं मला घालवून द्यायला नकार दिला. जानियाला हे सहन झालं नाही आणि तो घर सोडून निघून गेला.

जानियाचं निघून जाणं आईच्या जिव्हारी लागलं. तिची अवस्था सैरभैर अन् बापुडवाणी झाली. त्याचबरोबर तिच्या एकटीच्यानं कामही निभेना. त्यामुळे आमच्या *धाब्यावर* परिणाम झाला. माझी तब्येत ठीक नसल्यानं मी बहुतेककरून पडून असायची. त्यामुळे माझंही ओझं तिच्यावर पडलं. लवकरच आम्हाला दारू गाळणं बंद करावं लागलं. आता आई फक्त स्वयंपाक करायची आणि जेवण पुरवायची. पण त्यासाठी जास्त लोक येत नसत. दारू नसल्यामुळे आमचं गिऱ्हाईक घटलं. आमच्या गाठीलाही काहीच पैसा नव्हता. निम्मी बचत मी लुटून नेली होती आणि उरलेली माझ्या सोयरीक ठरलेल्या घरी दंडादाखल द्यावी लागली होती.

माझ्यामुळे संपूर्ण घरावर दुर्दैवाचा फेरा ओढवलेला होता. मीच जर निघून गेले, तर जानिया परत येईल आणि आईची अन् त्याची परिस्थिती सुधारेल... ते दारूचा धंदादेखील पुन्हा सुरू करू शकतील. मी माझ्या भावाचा हक्क हिरावून घेतला होता. तोच घराण्याचा वारस आहे, तोच आमच्या घराण्याचं नाव पुढं चालवणार आहे, त्याला घालवून द्यायचा कुणालाच अधिकार नाहीये; माझ्या

आईलादेखील नाही. शिवाय आमच्या घरात राहणंदेखील मला अवघड झालं होतं. माझं पोट वाढू लागलं तशी आमच्या जमातीतून होणारी कुचेष्टा वाढली. कुमारी मातेला जगात स्थान नसते; आमच्या जमातीत तर मुळीच नव्हतं. तिथं असलं पाप कदापि सहन करून घेतलं जाणार नव्हतं. कारण त्यांनाही त्यांच्या मुलींची काळजी होती. जमातीचा मान शाबूत राहायला हवा होता आणि परंपरा जपायच्या होत्या. आमच्या जमातीच्या नियमाप्रमाणे आमच्या गावाची जात पंचायत माझ्यासह माझ्या आईलाही गावातून हाकलून देईल याचीच दाट शक्यता होती. आमच्या जमातीच्या प्रमुखानं मला आसरा दिल्याबद्दल आईला धोक्याचा इशारा दिला होता. किती स्वार्थी आहे मी? इतर मुली एकदा पळून गेल्यावर परत आल्या नाहीत; मी मात्र परत आले.

माझ्या आईनं आमच्या जमातीशी दोन हात करायचं ठरवलं; पण मी मात्र ठरवलं की, माझ्यासाठी तिचे आता आणखी हाल होऊ द्यायचे नाहीत. ''ते आम्हाला वाळीत टाकतील, पण आमच्याच घरातून आम्हाला कोणी बाहेर काढू शकत नाही. ते आपल्याला त्रास द्यायला आले, तर आपण पोलीस संरक्षण मागू.'' आईनं मला दिलासा दिला. माझी आई शूरपणाचा आव आणायचा प्रयत्न करत असली, तरी आमच्या जमातीच्या कावाकावीमुळे ती हादरलीये, हे मला दिसत होतं. अख्ख्या जमातीविरुद्ध टिकाव धरणं शक्य नाही. माझ्या कुटुंबाला ह्या सगळ्याला तोंड देण्याची मुळीच गरज नव्हती. कुणाला शिक्षा मिळायला हवी असेल, तर ती मला मिळायला हवी होती. अशा प्रकारे, मी पुन्हा पळून जाण्याचा निश्चय केला, पण बाळंत झाल्यानंतर. माझ्या ओटीत लोढणं असेपर्यंत माझ्या हातापायांत पुरेसं बळ असणार नाही. बाळंत झाल्यानंतर मी एखाद्या शहरात जाऊ शकेन किंवा दुसऱ्या एखाद्या गावी जाऊन शेतात काम करू शकेन. तीच सगळ्यात शहाणपणाची गोष्ट ठरेल, असा मी विचार केला. फक्त बाळंत होईपर्यंत मला थांबणं भाग होतं.

हे दडपण आणि ताण, आमच्या समाजातील हलकल्लोळ, त्यामुळे होणाऱ्या हाल-अपेष्टा वगैरे या सगळ्यांमुळे मी वेळेआधीच बाळंत झाले. एका मरतुकड्या बाळाला मी जन्म दिला. दोन-चार दिवसांत मी आसपास फिरण्याइतकी बरी झाले. पण नवीन जन्मलेलं ते किरकिरं बाळ जास्तच बारीक आणि अशक्त झालं. आमच्या जमातीच्या वडीलधाऱ्या लोकांनी आमच्या घरासमोर निदर्शनं केलेलीच होती. आईनं पोलिसांत तक्रार केली, पण त्यांनी काहीच हालचाल केली नाही; सामाजिक आणि कौटुंबिक वादात ढवळाढवळ न करणंच पोलिस पसंत करतात. काही तरी वेडंवाकडं होईल म्हणून मला भीती वाटू लागली. त्यामुळे एके रात्री माझं आजारी बाळ उचलून मी निघून गेले. घरापासून लांब, निर्मनुष्य ठिकाणी

पोचल्यावर मी बाळाला तिथंच ठेवलं आणि निघून गेले. त्या वेळी भयानक यातना आणि शरमेनं मी चूर होऊन गेले.

दुसऱ्या दिवशी मेलेलं बाळ सापडलं आणि पोलिसांनी मला खुनाच्या आरोपाखाली अटक केली. खरं सांगते– मी स्वत:चंच पोट भरू शकत नव्हते, मग त्या आजारी नवजात बाळाला कशी सांभाळणार होते? ते बाळ आजारी होतं, बिनलग्नाच्या संबंधांतून जन्मलेलं होतं आणि ते आधीच मृत्यूशी झुंज देत होतं. त्याला काहीही भविष्य नव्हतं. त्याला जगवणं माझ्याच्यानं झालं नसतं. कारण माझी स्वत:चीच जगण्याची उमेद संपून गेली होती. मी मनोमन मोडून गेले होते. माझ्या हातापायांत शक्ती नव्हती. आईह्या नात्यानं मला वाटलं की, माझ्यापासून अलग होणंच त्याच्या दृष्टीनं बरं होईल आणि म्हणूनच मी त्याला एका एकांत स्थळी सोडून दिलं.

मला दहा वर्षे तुरुंगवासाची शिक्षा झालीय. इथं पहिल्यापासूनच सर्व जण माझा तिरस्कार करतात अन् त्यात काही वावगंही नाही. मी चारित्र्यहीन स्त्री आहे आणि असहाय मुलाला ठार करणारी खुनी! माझ्याविषयी कोणाला सहानुभूती वाटणार? पण माझ्या आईच्या मनात वेगळंच काही होतं. तिनं माझ्या बचावासाठी एक वकील नेमला. आमच्या कोर्टाचा खर्च भागवण्यासाठी तिनं आपली चांदीची भांडीदेखील विकली. वकिलानं युक्तिवाद केला की, मी बाळाला ठार केलं नाही, मी त्याला तिथं सोडून दिलं; जेणेकरून कुणाच्या तरी नजरेस यावं आणि त्याचा कुणी तरी सांभाळ करावा. परंतु त्याचा हा युक्तिवाद मान्य झाला नाही. तेव्हा त्यानं असं म्हणणं मांडलं की, माझं वय अठरा वर्षांखालील आहे आणि मला अल्पवयीन व्यक्तीप्रमाणे वागणूक मिळावी. मला तुरुंगात न पाठवता सुधारगृहात पाठवावं, अशी त्यानं न्यायालयाला विनंती केली. मी अल्पवयीन आहे, हे सिद्ध करण्यासाठी माझा जन्म दाखला सादर करावा, असं माझ्या आईला न्यायालयानं आदेश दिले. पण माझ्याकडे दाखला नव्हता. आमच्या एका दुर्गम भागातील गावात माझ्या आईनं मला जन्म दिला, तेव्हा तिथं कसला दवाखाना नव्हता की सरकारी कचेरी नव्हती आणि त्यामुळेच कसलीही नोंद नव्हती. माझ्या वयाचा कागदोपत्री पुरावा आई सादर करू शकली नाही. त्यामुळे न्यायालयानं आईचं म्हणणं मान्य केलं नाही.

एका दृष्टीनं मी इथं तुरुंगात आहे ते बरं आहे. नाही तर लोकांनी माझ्यावर जखीण असल्याचा शिक्का मारला असता– मुलांना खाणारी *जखीण*! माझ्या जमातीनं मला दगडांनी ठेचलं तरी असतं किंवा माझं नाक तरी कापलं असतं. इथून सुटल्यावर माझ्यासारख्या स्त्रीला जाण्यासाठी कुठंही जागा नाही. मी परत घरी निश्चित जाणार नाही. मला आईच्या हालांमध्ये भर घालायची नाहीये. तिनं

साठवलेले बहुतेक पैसे मी चोरून नेले आणि तरीही मला तुरुंगात जावं लागू नये म्हणून तिनं अखेरची पै संपेपर्यंत खर्च केला. आता खाणकाम संपलंय. एके काळी गर्दीनं गजबजलेला आमचा *धाबा* आता खाणीइतकाच वैराण झालाय.

जानिया शहरातून पुन्हा घरी परतलाच नाही. पण तो आईला थोडेफार पैसे पाठवतो. त्यावर आई कशीबशी गुजराण करते. त्यातील काही पैसे बाजूला टाकून वर्षातून एकदा ती मला भेटायला येत असे. पण आता ती इतकी अशक्त झालीय की, तिला प्रवास सोसत नाही. गेल्या तीन वर्षांत तिची-माझी भेट नाही. नेहमी ताठ मानेनं जगत आलेली माझी एके काळची स्वाभिमानी आई आता एकेक दिवस मोजत जगत आहे– एकाकी, बापुडवाणी आणि गरीब. या सर्व दयनीय स्थितीला मी कारणीभूत आहे. सर्व विचार करता, माझ्यासारख्या जखीणीकरिता हा तुरुंग म्हणजे राहण्याची उत्तम जागा आहे. मला माझी शिक्षा संपूच नये, असं वाटतं. मी तुरुंगातच ठीक आहे, मी इथंच जगेन आणि इथंच मरेन.

धरण बांधू देणार नाही

'बलात्काराविषयी उल्लेखनीय उद्‌गार' (कोटेबल कोट्स ऑन रेप) लेखिका फ्लेबिया अग्नेस. ही एक वकील आहे. ती लिंगाधारित बाबी, मानवाधिकार आणि अल्पसंख्याकांच्या बाबतीत तज्ज्ञ म्हणवली जाते.

–एशियन एज, २९ जून, २००४.

'बलात्कारित बळीकडे अजूनही संशयाने पाहिले जाते. बलात्काराची बाब क्षुल्लक गणली जाते. न्यायाधीश आणि जाणकारांचे उद्‌धृत करावेत असे उद्‌गार वाचून विश्वास बसत नाही.

इ. स. १९८८मध्ये बिहारच्या देवगढ जिल्ह्यातील परारिया खेड्यात आठ पोलीस आणि सहा चौकीदारांनी सामूहिक बलात्कार केल्याबद्दलच्या खटल्यासंबंधी न्यायाधीश ओ. पी. सिन्हा आपल्या निकालात म्हणतात, 'ह्या स्त्रिया १००० रु.च्या रकमेसाठी खोटं बोलत असण्याची शक्यता नाकारता येत नाही; कारण ही त्यांच्या दृष्टीने मोठी रक्कम आहे... ह्या स्त्रियांची सभ्य आणि मातब्बर समाजातील स्त्रियांशी तुलना करून चालणार नाही; ह्या स्त्रिया घरकाम करणाऱ्या आणि संशयास्पद चारित्र्याच्या होत्या... गैर वागणूक दिल्याचे, त्रास दिल्याचे आणि हल्ला झाल्याचे मी नाकारत नाही; पण बलात्कार झाला नसल्याची माझी खात्री पटली आहे. बलात्कार फक्त विशिष्ट परिस्थितीतच होऊ शकतो; २५ ते ६८ वयोगटातील भिन्न व्यक्ती एकत्रित असताना होऊ शकत नाही. हवालदार समोर असताना सबइन्स्पेक्टर आपली पँट कशी काढेल?'

भंवरीदेवी बलात्कारप्रकरणातील टिप्पणी तर आणखीनच चक्रावून टाकते : 'समान वयोगटातील कुमारवयीन मुले सामूहिक बलात्कार करतील, याबद्दल शंका नाही. पण खेडेगावातील संस्कृतीत वाढलेली मुलं अशा प्रकारे बलात्कार करतील हे समजण्यापलीकडील आहे– विशेषत: एका चाळीस वर्षांच्या आणि दुसऱ्या सत्तर वर्षीय ब्राह्मण स्त्रीवर, दिवसाउजेडी आणि इतर पुरुष समोर असताना. भारतीय संस्कृतीत वाढलेली पापभीरू अन् सरळमार्गी व्यक्ती जातपात

व वयाचा मुलाहिजा न ठेवता एका स्त्रीवर हल्ला करण्याइतपत पाशवी पातळीवर उतरण्याइतका दुष्टपणा करणार नाही. भारतीय संस्कृती इतक्या नीच स्तराला अजूनही उतरलेली नाही. सत्तर वर्षांच्या व्यक्तीसमोर चाळीस आणि साठ वर्षांच्या व्यक्ती बलात्कार कशा करू शकतील?' ही टिप्पणी केली आहे १९९५ मध्ये जयपूरचे सत्र न्यायाधीश जगपाल सिंग यांनी. पाच उच्चवर्णीय पुरुषांवर कनिष्ठ जातीतील स्त्रीवर सामूहिक बलात्कार केल्याबद्दलचा आरोप होता, त्यांची या न्यायाधीशांनी निर्दोष सुटका केली.

ह्या पार्श्वभूमीवर जामली गावातील आदिवासी स्त्री रेवाबाईने पुढील तक्रार नोंदवली, 'आम्ही जामली खेड्यात राहतो. हे गाव सरदार सरोवर प्रकल्पातील बुडित क्षेत्रात येते. चार एप्रिलच्या मध्यरात्री अंदाजे दहा लोक आमच्या घरात घुसले. त्यांच्यापैकी दोघे जण होते के– सरपंच आणि एस– पटेल; बाकीचे पोलीस होते. त्यांनी मला आणि माझ्या जावयाला मारहाण करायला सुरुवात केली आणि ते आम्हाला अटक करायला आलेत, असं सांगितलं. मला मारहाण होत असलेली पाहून माझा दोन वर्षांचा मुलगा रडायला-किंचाळायला लागला, तेव्हा पोलिसांनी त्याला खाटेवर फेकलं आणि खेकसून त्याला झोपायला सांगितलं. त्यांच्यामध्ये एकही स्त्री पोलीस नव्हती. त्यांनी मला ओरडून विचारलं, "सरकारनं तुला जमीन आणि गुरं दिली आहेत की नाहीत?" एवढं बोलून आमचीच बॅटरी घेऊन ते आम्हाला घरातून ओढत बाहेर काढू लागले. वाटेत त्यांनी मला एका नाल्यात ढकललं आणि माझे कपडे जबरदस्तीनं उतरवले. माझ्या जावयासकट इतरांना दूर पाठवलं. दोन पोलीस आणि एस– पटेलांनी माझी अब्रू लुटली. शिवाय वेताच्या छडीनं माझ्या पाठीवर, हातापायांवर आणि पोटावरही फटके मारले. त्यानंतर मला एका जीपमध्ये टाकलं. त्यांनी माझ्या गुप्त भागात एक काठी खुपसायचाही प्रयत्न केला; पण मी काठी प्राणपणानं पकडून ठेवली आणि तो प्रयत्न हाणून पाडला. सारा वेळ ते मला शिव्या देत होते आणि मी त्यांना प्रत्युत्तर देत होते की, माझं गाव कधीही सोडणार नाही आणि पुनर्वसनाच्या ठिकाणी जाणार नाही. ते मला म्हणाले की, तू स्वत:ला सरकारपेक्षा मोठी समजतेस, म्हणून आम्ही तुला धडा शिकवणार आहोत.

'मला न– पोलीस ठाण्यात घेऊन गेले आणि माझे कपडे मला परत दिले. माझ्यावर हल्ला करणारे दोघेही पोलीस दारू प्यायलेले होते. त्यांनी मला धमकी दिली की, कुणाकडे कागाळी केलीस, तर तुला मुंबईला घेऊन जाऊन त्रास देऊ.

'मला एक रात्रभर न– पोलीस ठाण्यात ठेवण्यात आलं. मी डॉक्टरी मदत-दवापाणी मागितलं; पण ते म्हणाले की, तुला काही धाड भरलेली नाही. दुपारी

मला ब– तुरुंगात घेऊन गेले. तिथं माझी तपासणी करण्याच्या बहाण्यानं माझे कपडे काढले आणि माझ्याशी अनुचित व्यवहार केला. मी घातलेली एक बांगडी काढून घेतली. माझे पैंजणही काढायचा प्रयत्न केला, पण ते निघाले नाहीत. मला पाच दिवस तुरुंगात ठेवलं. मला अन्नपाणीही दिलं नाही. आतल्या कैदी स्त्रियांनी मला त्यांच्यातील थोडं अन्न देण्याचा दयाळूपणा दाखवला.

'मी गाव सोडून जावं, अशी सरकारची इच्छा आहे आणि म्हणून मला घाबरवण्यासाठी ते क्रूर उपाय अमलात आणतंय. पण आम्ही घाबरणार नाहीये. आम्ही इथून हलणार नाहीये.'

पोलीस आणि गावच्या पटेलानं माझ्यावर बलात्कार केला, असं निर्भयपणे सांगणाऱ्या जगावेगळ्या आदिवासी स्त्रीबद्दलची माझी ही आठवण आहे १९९० मधली. त्या वेळी मी नर्मदा बचाव आंदोलनात (नबआ) नुकतीच सामील झाले होते. गुजरातमधील सरदार सरोवर प्रकल्प नावाच्या अतिभव्य धरणाविरोधातील लढाईचे नेतृत्व ही चळवळ करत होती. त्या वेळी नबआ हे आज घडीइतके विशेष कुणाला ठाऊक नव्हते, पण बुडित क्षेत्राखाली आलेल्या लोकांच्या त्या खोऱ्यात चाललेल्या झगड्याला अमाप बळकटी येऊ लागली होती. नर्मदा नदीवरील बांधण्यात येणाऱ्या या धरणाच्या पाण्यात तीन राज्यांतील– मध्य प्रदेश, महाराष्ट्र आणि गुजरातमधील– तब्बल २४५ गावे बुडणार आहेत. शिवाय या प्रकल्पासंबंधित कालव्यांसारख्या कामात आणखी काही लाख जण विस्थापित होतील.

ह्या तीन राज्यांतील बुडिताखाली येणाऱ्या क्षेत्रातील गावे आणि गावकऱ्यांची परिस्थिती अगदी विशिष्ट होती. मध्य प्रदेश आणि महाराष्ट्रातील २२६ गावे बुडिताखाली क्षेत्रात आहेत; परंतु गुजरातेतील फक्त १९ खेडी धरणामुळे विस्थापित होणार आहेत. हा प्रकल्प म्हणजे गुजरात राज्यासाठी मानाचं पान समजला जातो, त्यामुळे धरणासाठी जागा संपादित करून देण्यासाठी ही १९ खेडी हटवण्यासाठी भगीरथ प्रयत्न केले जात आहेत. ह्या धरणाला राज्याची जीवनरेखा म्हटलं जातं, त्यामुळे ही 'जीवनरेखा' पूर्ण करण्यासाठी पिसाटल्यासारखे प्रयत्न होताहेत. ह्या प्रकल्पासाठी लोकपाठिंब्याचं उधाण आणण्यात गुजरात सरकारला यश आलं आहे.

परिणामी, इतर दोन राज्यांतील प्रकल्पग्रस्तांनी एकत्र येऊन ह्या प्रकल्पाविरोधात मोठी चळवळ उभारली असली व 'आम्ही हलणार नाही, धरण बांधू देणार नाही' असा नारा दिला असला, तरी गुजरातमधील १९ गावांतील पीडितांनी त्यांना हटवण्यासाठी सरकारने आखलेल्या *साम, दाम,* दंड, *भेदाच्या* (चिकाटी, लालुच, मुस्कटदाबी व फूट पाडणे) बहुआयामी रणनीतीपुढं मान तुकवली. मला दिलं

गेलेलं पहिलं काम होतं – ह्या १९ गावांतील ज्या आदिवासींनी येथून बस्तान हलवलं नव्हतं किंवा अजूनही हलवत होते, त्यांच्या परिस्थितीची पाहणी करणे. त्या वेळी मला कल्पना नव्हती की मी एका सडपातळ, अबोल, सर्वसाधारण व्यक्तिमत्त्वाच्या आदिवासी स्त्रीने– रेवाबाईने– दिलेल्या अतुलनीय लढ्याची एक साक्षीदार असणार आहे. ती या १९ पैकी एका गावातील होती. सरकारनं आणि त्यांच्या लोकांनी अभूतपूर्व दबाव टाकून या गावातील सर्व, म्हणजे जवळपास ४५०० कुटुंबांना नमतं घेण्यास आणि त्यांची जन्मभूमी सोडून जाण्यास भाग पाडलं होतं.

एका सहकाऱ्यासमवेत मी ह्या १९ गावांच्या खडतर अन् दुर्गम प्रदेशाची पाहणी सुरू करताच अवाक् झाले. इथं पूर्णपणे अंदाधुंद होती. अनेक कुटुंबं निघून गेली होती. पूर्वी जिथं घरं आणि गजबजलेली गावं होती, तिथं आता उरली होती मोडकी गाडगी-मडकी, मातीच्या चुली, पडकी कौलं, मागं राहिलेलं किंवा विसरलेलं सामान आणि घरातील तुटक्याफुटक्या सामानाचे विखुरलेले अवशेष. अजूनही स्थलांतरित न झालेली काही कुटुंबं जाण्याचीच तयारी करत होती. ती घाईघाईनं आपलं घर उतरवून घेत होती. त्यांच्या अर्धवट पडक्या घरांमुळे भुतांच्या गावात आल्याची भावना प्रखर होत होती.

पाण्यानं आपल्या घराचा घास घेण्यापूर्वी निघून जाण्याची घाई असणाऱ्यांचे चेहरे काळजी अन् भीतीनं काळवंडले होते. ह्या गदारोळामध्ये सरकारी जीपमध्ये बसून येणारे अधिकारी व सोबत येणारी खाकी कपड्यांतील उर्मट माणसं ह्या घाबरलेल्या आदिवासींना लवकर निघून जाण्याची ताकीद देत. जे निवांतपणे तयारी करीत, त्यांना बुलडोझरची भीती दाखवली जाई. सर्वच सामान कायमचं हलवायचं असल्यानं लोक आपली गुरंढोरंही ट्रकमध्ये चढवत होते. ती गुरं विरोध करायची आणि अनेक गुरं पळून जायची. काहींना तिथंच सोडून त्यांचे मालक त्यांच्या पूर्वजांच्या जमिनीचा कायमचा निरोप घ्यायचे.

याशिवाय तोडलेले वृक्षदेखील ट्रकमध्ये भरून पाठवले जायचे, त्यामुळे हे सर्व चित्र आणखी भेसूर दिसे. कापलेल्या काही वृक्षांच्या बुंध्यांचा व्यास इतका मोठा असे की, तो एका ट्रकमध्ये कसाबसा मावत असे. क्षितिजापर्यंत नजर जाईल तिथं चहूकडे निर्दयीपणे कत्तल केलेल्या या वृक्षांचे बुडखे दिसत. जंगलाचा संहार करून उरलेल्या बुडख्यांचं आणि घरांच्या उरलेल्या सांगाड्यांचं दृश्य मनाला विषण्ण करी. ह्या सर्वांमध्ये ज्याचं प्रयाण लांबलं होतं, त्यांची परिस्थिती अत्यंत केविलवाणी झाली होती. घराचं छत्र हरपल्यामुळे त्यांची पोरं-बाळं उन्हात रडत बसत. त्यांचे पालक आपलं भौतिक सामान गोळा करण्याच्या कामात इतके गुंतलेले असत की, पोरांकडे लक्ष द्यायला त्यांना फुरसतच नसे.

मला तिथं थांबवेना, म्हणून पाचव्या दिवशी मी परतण्याच्या बेतात होते. नागवलं जाण्याच्या आणि हतबलतेच्या इतक्या करुण कथा ऐकणं सहन होईना; पण पुढं जाण्यावाचून गत्यंतर नव्हतं. कारण आमच्या पाहणीतून गोळा केलेली माहिती अनेक समित्यांपुढे मांडायची होती. सहा दिवस पायपीट करून, भीतीनं वेढलेल्या गावागावांतील असहाय आदिवासींची गाऱ्हाणी ऐकल्यानंतर अखेर आम्ही जंगलाच्या एका मोठ्या तुकड्यापाशी पोचलो. आमच्या ताबडतोब ध्यानात आलं की, आपण जामली गावात पोचलोत. ह्या विलक्षण गावाबद्दल मी बरंच ऐकलं होतं. एका आदिवासी कुटुंबानं गाव सोडायला नकार दिला होता आणि ते सरकारच्या दडपशाही तंत्राला न जुमानता संपूर्ण सरकारच्या विरोधात उभं राहिलं होतं. देदलिया अन् रेवा या आदिवासी जोडप्यानं उठाव केला होता आणि त्यांना हाकलून लावण्याच्या सरकारच्या साऱ्या प्रयत्नांना सुरूंग लावला होता. त्यांच्यावर कितीही जुलूम केला तरी काही उपयोग झाला नव्हता. ते बधले नव्हते. खुद्द त्यांच्या समाजानं त्यांच्यावर गाव सोडण्यासाठी दबाव आणला होता. त्यांचं संपूर्ण गाव आणि आजूबाजूची सर्व गावं रिकामी झाली होती किंवा लवकरच रिकामी होणार होती. पण हे प्रवाहाविरुद्ध पोहत होते. सर्वांनी जायचं ठरवलं, पण हे तिथंच राहिले.

इतके दिवस वैराण प्रदेशात फिरल्यानंतर हा जंगलाचा हिरवा तुकडा आणि सुस्थितीतील घरं पाहून मला भलता आनंद झाला. बरंच काही ऐकून असलेल्या त्या असामान्य कुटुंबाला भेटण्याचीही मला घाई झाली होती. ह्या एकमेव कुटुंबानं अशक्य ते शक्य करून दाखवलं होतं– एका पिसाट, जीवघेण्या हल्ल्यातून आपलं रान आणि घर वाचवलं होतं. आणि आता, त्यांचा ठाम निश्चय आणि संघर्ष बघून गाव सोडून गेलेली तीस अन्य कुटुंबंही जामलीत परतली होती. पुनर्वसनाच्या ठिकाणी त्यांची फसवणूक झाली होती. वाळवंटातील ह्या हिरवळीजवळ जाण्यासाठी मी वेग वाढवला.

जामलीतील स्वस्थचित्त वातावरण पाहून मी चकितच झाले. भोवताली प्रचंड वादळ घोंघावत असताना तीस कुटुंबांची वस्ती असलेलं एक गाव शांत राहू शकतं, ही अशक्य कोटीतील गोष्ट वाटत होती. तेथील दृश्य पूर्णपणे वेगळं होतं. गेल्या काही दिवसांत मी गावागावांतून पाहिलेल्या दृश्याच्या पूर्णपणे उलट. येथील मुलं गुरांना रानात चारायला घेऊन जाताना आणि झाडांच्या सावलीत खेळताना दिसली. स्त्रिया आणि पुरुष त्यांच्या सभोवतालीच्या घडामोडींमुळे अजिबात विचलित न होता त्यांची दैनंदिन कामं शांतपणे करीत होते. अनेक जण नर्मदेत स्नान करत किंवा मासे पकडत होते. घरं सुस्थितीत होती. उतरवलेल्या घराचे सामान किंवा तोडलेली झाडे घेऊन जामलीतून बाहेर जाणारा एकही ट्रक

दिसत नव्हता. सरकारी जीप, अधिकारी किंवा घर सोडण्यासाठी लोकांवर खेकसताना खाकी वर्दीतील पोलीस दिसत नव्हता. गाव आणि ग्रामस्थ आपली जमीन, रान आणि नदी यांच्यासहवासात आनंदानं राहताहेत, हे स्पष्ट जाणवत होतं. आसपासच्या भागातील थैमान त्यांनी मनाला लावून घेतलं नव्हतं. त्या उद्‌ध्वस्त झालेल्या प्रदेशात त्यांनी स्वत:साठी एक शांतसं बेट निश्चितपणे निर्माण केलं होतं.

हे सर्व शक्य झालं होतं केवळ एका जोडप्यामुळे : रेवाबाई आणि देदलियामुळे. मला ह्या विलक्षण जोडप्याला भेटायलाच हवं होतं. माझ्या मनात कुठं तरी मी एका मोठ्या, छानशा घरात राहणाऱ्या जोडप्याचं चित्र रंगवत होते. पण, आश्चर्य म्हणजे मला एका साध्या, उघड्या-वाघड्या, लाकडा-मातीच्या घराकडे नेण्यात आलं. देदलिया घरी नाही, असं एका सडपातळ, बुजऱ्या स्त्रीनं मला सांगितलं. मी तिच्याकडे रेवाबाईबद्दल चौकशी केली, तेव्हा तिला माझा संशय आल्यासारखा वाटला. मी माझी ओळख सांगितल्यानंतरच तिनं एक खाट पुढं ओढली आणि मला बसण्यास सांगितलं. मला बिनदुधाचा काळा चहा आणि पाणी दिल्यानंतर तिनं अडखळत सांगितलं की, मीच रेवाबाई आहे! मी चकित झाले. इतकी जिगरबाज स्त्री इतकी निगर्वी, इतकी बुजरी, इतकी प्रसिद्धिपराङ्मुख आणि इतकी सरळमार्गी कशी असू शकेल? संपूर्ण राज्याला आव्हान देण्याचं बळ तिला कुठून मिळालं असेल? मला तर एका फटाकड्या, बडबड्या, प्रभावशाली नेत्याच्या रूपातील स्त्रीची अपेक्षा होती. पण ही तर इतकी शांत अन् स्थिर होती. ह्या स्त्रीमध्ये किंवा तिच्या घरात असामान्य असं काहीच नव्हतं. माझ्याकडे लक्ष न देता तिनं तिचं काम सुरू ठेवलं. त्यामुळे आमच्यात फारसा संवाद झाला नाही. मला तर वाटलं होतं की, ती आपण काय काय करून दाखवलं, त्याची ती अभिमानानं माहिती देईल. अशा प्रकारे रेवाबाईशी झालेल्या पहिल्या भेटीनं माझ्या उत्कंठेचा जणू बोऱ्या उडवला. खरं म्हणजे, मी थोडी नाराजच झाले म्हणा ना!

दुपार उलटून गेल्यावर देदलिया घरी आला. रेवाबाईनं आमच्यासाठी साधासा स्वैपाक रांधला होता – साधी खिचडी. सुदैवानं देदलियाशी संवाद साधणं सोपं गेलं. तो किडकिडीत, जवळपास अशक्तच होता आणि जरा वृद्धही दिसला. त्याच्यातही नेतृत्वगुण असे नव्हते, पण तो खूपच बोलका आणि उमदा होता. आम्ही बराच वेळ बोलत बसलो. त्यानं आपल्या गावाची सर्व कथा सांगितली आणि इतरांप्रमाणे आपण गाव सोडून का गेलो नाही, हेही त्यानं सांगितलं. अखेर त्यांनी सरकारला कसा विरोध केला त्याचा साद्यंत वृत्तांत सर्वप्रथम मला कळला. जमीन, घर आणि गाव वाचवण्यासाठी त्यांनी दिलेल्या खळबळजनक

लढ्याची सविस्तर हकिगत सांगताना, त्या संपूर्ण संभाषणात तो एकदाही काळजीग्रस्त, असुरक्षित, घाबरलेला किंवा त्रासलेला दिसला नाही. त्यांच्या लढाईची संपूर्ण कथा त्यानं अशा प्रकारे कथन केली की, जणू सरकारला न जुमानणं हा एक पोरखेळच असावा. कित्येक दिवसांत मी हसले नसेन, इतकं मला हसू येत होतं. राज्यसत्तेची टांगती तलवार असलेल्या गावात राहणं म्हणजे एक अशक्यप्राय काम. देदलिया म्हणजे या ओझ्यामुळे खाली दबलेला, कठोर माणूस असावा, अशी माझी अपेक्षा होती. पण वास्तवात नेमकं उलटं दिसलं. जामलीतून परत जाताना मी निश्चिंत होऊन निघाले. माझा आत्मविश्वास आणि मनोबल वाढलं होतं. जामलीतील लढ्याचं केंद्र रेवाबाई नसून बहुतेक देदलियाच असावा, असा निष्कर्ष मी काढला.

पण त्यानंतरच्या वर्षांत जामलीतील घडामोडींच्या ज्या बातम्या आमच्यापर्यंत पोहोचू लागल्या, त्यांनी माझा अंदाज खोटा ठरवला. सरकारला जागतिक बँकेनं दिलेल्या मुदतीत बांधकाम पूर्ण करायचं होतं, त्यामुळे गुजरातमधील 'ती' १९ गावं हलवण्याचं काम सरकारनं वेगानं सुरू केलं. म्हणूनच जामलीतील तीस आदिवासी कुटुंबांनी गाव सोडायला नकार दिल्यावर सरकारचा पारा चढला. सुरुवातीला सरकारनं त्यांच्याकडे दुर्लक्ष केलं होतं; कारण जलाशयातील पाणी वाढेल तसे ते पळून जातील, असा त्यांचा अंदाज होता. पण त्यांची गणितं कोलमडू लागली होती. ह्या एका कुटुंबाच्या ठामपणाचं उदाहरण गुजरातमधील इतरांमध्ये अतिशय लोकप्रिय झालं. पुनर्वसनक्षेत्रात गेलेल्या इतर बाधितांची फसवणूक झाली होती. हे प्रकल्पग्रस्त हळूहळू, पण सातत्यानं आपल्या मूळ गावी परत येऊ लागले. चोवीस कुटुंबे जामलीजवळील आपल्या गावी परत आली. राज्य सरकारनं त्यांना थोपवण्याचे निकराचे प्रयत्न केले, पण ते निष्फळ ठरले. अधिकाधिक कुटुंबं पुनर्वसनक्षेत्रातून घरी परतू लागली, त्यामुळे मोठा गहजब झाला. आता तिथं उलटी गंगा वेगानं वाहू लागली होती.

प्रकल्पबाधित लोक मोठ्या संख्येनं 'नबआ'त सामील होऊ लागले. या बातमीला प्रसारमाध्यमांनी मोठी प्रसिद्धी दिली आणि प्रकल्पग्रस्तांना बाहेरच्या राज्यातूनच नाही तर खुद्द गुजरातमधील नागरिकांचाही जोरदार पाठिंबा मिळू लागला. एके काळी ओस पडलेली गावं आता गजबजू लागली. उलटा ओघ सुरू झाल्यानं एका-पाठोपाठ एक घरं पुन्हा बांधली जाऊ लागली. हा सर्व प्रदेश खूप दिवसांआधीच पूर्ण निर्मनुष्य होणं अपेक्षित होतं. गुजरात सरकारवर मोठी नाचक्की ओढवली. ही गावं आधी नमली, पण आता मात्र खवळून उठलीत; याचं मुख्य कारण आहे जामलीतील हे एक कुटुंब. राज्यसत्ता 'नबआ'ला कट्टर शत्रू माने. ह्या एका कुटुंबामुळे नबआला गुजरातच्या बुडीतक्षेत्रातील गावांमध्ये

दूरवर हातपाय पसरण्यात यश आलं होतं.

या सर्वांमुळे आत्तापर्यंत दुर्लक्ष करण्यात आलेलं ते कुटुंब आता राज्यसत्तेचं प्रमुख लक्ष्य बनलं आणि त्यांच्यावर दडपशाही सुरू झाली. वन खाते जामलीतील वृक्ष तोडण्यास आले, अशी बातमी लवकरच आली. पण रेवाबाईच्या नेतृत्वाखाली स्त्रियांनी त्याला जबर विरोध केला आणि त्यांना पिटाळून लावलं. याची आणखी एक-दोन वेळा पुनरावृत्ती झाली. प्रत्येक वेळी वनाधिकाऱ्यांना पळवून लावलं गेलं आणि या प्रत्येक वेळी पुढाकार घेतला होता रेवाबाईनं. आसपासच्या खेड्यांतील तोडलेले वृक्ष वाहून नेणाऱ्या ट्रकसमोर ती आडवी पडली, अशाही बातम्या आल्या. अखेर 'रेवाबाई सरकारी कामात अडथळा आणते', अशी तक्रार अधिकाऱ्यांनी दाखल केली. यानंतर अधिकारी काही ना काही निमित्ताने वरचेवर येऊ लागले, पण दर खेपेला प्रतिकार झाल्यानं त्यांना परत फिरावं लागलं. दर खेपेला सरकारी कार्यक्रम उधळून लावण्यासाठी गावात पुढाकार घेण्यात रेवाबाईंचं नाव ठळक असे. तिच्या विरुद्धच्या तक्रारींची संख्या वाढत चालली. यावरून देदलियाच्या बरोबरीनं रेवाबाईही आपल्या गावातील लढ्याचं नेतृत्व करत होती, हे स्पष्ट दिसत होतं.

रेवाबाई आणि जामलीतील इतरांविरुद्ध गुदरण्यात आलेल्या तक्रारींचं स्वरूप गंभीर होतं. एका तक्रारीत असं नमूद केलं होतं की, तिनं वन खात्याच्या रोपवाटिकेला आग लावली आणि अधिकाऱ्यांवर दगडफेक केली. दुसऱ्या प्रसंगी, तिनं पुनर्वसन अधिकाऱ्यांचा पाठलाग करून त्यांच्या वाहनावर दगडफेक केली, असं सांगण्यात आलं. जामलीतील या कुटुंबाला अडकवण्यासाठी फेकण्यात आलेल्या जाळ्याचे दोर आवळण्यात आले, परंतु ते बधले नाहीत. उलट, विरोध करणाऱ्यांचे बळ आणि निर्धार त्यातून वाढतच चालला. त्यांनी एकत्रितरीत्या लढा पुढे सुरू ठेवला. 'नबआ'च्या मदतीनं गुजरातमधील प्रकल्पबाधितांची संस्था चांगलीच कार्यरत आणि बळकट होऊ लागली. आतापर्यंत जगापुढं आणि त्यांच्या जागतिक बँकेसारख्या धनकोसमोर एक वेगळं चित्र चितारण्यात सरकार यशस्वी झालं होतं. त्यात आपलं पुनर्वसनाचं धोरण कसं आदर्श आहे आणि प्रकल्पबाधित लोक कसे आनंदानं जागा रिकाम्या करताहेत, असं भासवण्यात आलं होतं. आपण केलेली लोकांच्या पुनर्वसनाची सोय साऱ्या जगामध्ये सर्वोत्तम आहे, असाही त्यांनी दावा केला होता. पण जसजसे राज्यसत्तेविरोधातील लढ्यामध्ये गुजरातमधील गावकरी मोठ्या संख्येनं 'नबआ'शी हातमिळवणी करू लागले तसतसा ह्या दाव्यातील फोलपणा उघड होऊ लागला.

आता गुजरात सरकार इरेला पेटलं. इतर दोन राज्यांतील लढ्यालाही एक वेग येऊन तो विस्तारला होता. उतारावर गडगडणारा हिमाचा गोळा मोठमोठा

होत जातो. येथील तुरळक विरोध तशाच प्रकारे वाढण्याआधी सरकारला हालचाल करणं आवश्यक होतं. साऱ्या कुरबुरींचं मूळच चिरडायला हवं होतं. म्हणूनच जामलीतील प्रकल्पबाधित– विशेषत: देदलिया आणि रेवाबाई– यांना कायमचं दडपायला हवं होतं. एका दमात सर्व चळवळीला हाणून पाडणं शक्य नव्हतं, म्हणूनच एकेकट्या नेत्याला लक्ष्य केलं जाणार होतं. साहजिकच रेवाबाईचा पर्याय महत्त्वाचा ठरला. ती अडाणी, साधीभोळी, प्रसारमाध्यमांसमोर येण्यास बुजणारी आदिवासी आणि त्यातही स्त्री होती; त्यामुळे त्यांना तिला लक्ष्य करणं सोपं होतं.

घडू नये ते घडलं. स्त्रीची सत्ता चिरडण्यासाठी सर्वांत प्रभावी ठरणारं हत्यार वापरण्यात आलं आणि पोलिसांची एक मोठी तुकडी एप्रिल महिन्यातील एका रात्री उशिरा जामलीत शिरली. एका बाधितानं तक्रार दिली होती की, जामलीतील काही गावकऱ्यांनी– त्यात रेवाबाईही होती– मला माझी जामलीतील मालमत्ता गोळा करू दिली नाही आणि मला मारहाण केली. नंतर जेव्हा एका सत्यशोधन गटाने पोलिसांची मुलाखत घेतली, तेव्हा त्यांनी सांगितलं, ‘त्यांच्या विरुद्ध त्यांच्याच गावच्या एल– ने तक्रार केली होती. तो आमचा सरकारी माणूस आहे. स्वत: प्रकल्पबाधित आहे. तो २ एप्रिल, १९९३ रोजी त्याचं सामानसुमान गोळा करायला जामलीत गेला होता. त्या वेळी रेवाबाई, तिचा नवरा आणि इतर चौघे– यात रेवाबाईचा मुलगाही होता– या सर्वांनी त्याला त्याचं सामान घेऊ दिलं नाही. ते त्याच्या ट्रकवर दगड फेकू लागले. त्यांनी त्याला इतकी जबर मारहाण केली की, त्याचा हात मोडला...’

सरकारी माणसानं नोंदवलेल्या या तक्रारीच्या आधारे रेवाबाई आणि तिच्या जावयाला मध्यरात्रीनंतर घरातून बाहेर खेचण्यात आलं. वेळ मुळीच वाया घालवला गेला नव्हता. जणू काही तक्रार दाखल होण्याची पोलीस वाटच पाहत होते. अन् ती झाल्यावर त्यांनी लगेच कारवाईला सुरुवात केली. खरं तर अटक करताना इतक्या चुका घडल्या की, त्यावरून रेवाबाईला मुद्दामहून लक्ष्य करण्यात आलंय, हे स्पष्ट दिसून आलं. स्त्री पोलीस सोबत नसताना रेवाबाईला एकटीला रात्रीच्या वेळी पोलीस ठाण्यावर नेण्यात आलं. आरोप तर बऱ्याच लोकांवर होते, पण अटक मात्र फक्त रेवाबाईला झाली अन् तिला तुरुंगात टाकण्यात आलं. त्या आरोपासाठी जामीन मिळू शकला असता, पण तिला जवळजवळ एक आठवडा न्यायालयीन कोठडीत ठेवण्यात आलं. तिच्या जावयाला मात्र दुसऱ्याच दिवशी सोडून देण्यात आलं.

जावई घरी परतला, तेव्हा आपल्या सासूला पोलीस ठाण्यातून कुठं घेऊन गेले याची त्याला कल्पना नव्हती. तासन्तास पायपीट करून तो दूरच्या अंतरावरील जामली गावात पोचला, तेव्हाही तो मानसिक धक्का बसलेल्या अवस्थेतच होता.

या कोपऱ्यातील गावातून 'नबआ'च्या कार्यालयापर्यंत ही बातमी पोचेपर्यंत आणखी एक दिवस गेला. त्यानंतर रेवाबाईचा शोध सुरू झाला. अधिकारी आणि पोलीस ठाण्यानं तिच्या ठावठिकाण्याबद्दल माहिती द्यायला नकार दिला. नबआ आणि तिच्या पाठीराख्यांनी नेटानं प्रयत्न केले, परंतु रेवाबाईचा पत्ता मिळवायला जवळपास एक आठवडा लागला. त्यानंतर तिची जामीनावर सुटका झाली. बाहेर आली, तेव्हा ती संतापानं धुमसत होती. तिला पुन्हा लढा द्यायचा होता. तिच्यावर बलात्कार झाला होता अन् तिला त्या दोषी लोकांना योग्य शिक्षा घडवायची होती.

एव्हाना तिच्यावरील बलात्काराच्या बऱ्याच खुणा पुसल्या होत्या, परंतु परिस्थितीजन्य पुरावा भरपूर होता. त्याद्वारे तिच्यावर बलात्कार झालाय, हे सिद्ध करता आलं असतं. एका आदिवासी स्त्रीला मध्यरात्रीनंतर उचलण्यात येतं यावरूनच यातील दुष्ट हेतू सिद्ध होत होता. तक्रार नोंद केल्यावर पोलिसांनी इतक्या जलद हालचाल केली, यावरूनही हे सर्व पूर्वनियोजित होतं, याला दुजोरा मिळत होता. सामान्यत: पोलीस कारवाई होण्यास किती तरी दिवस जातात आणि अशा दूरवरच्या भागात जायचं असेल, तर आणखी जास्त– विशेषत: आदिवासीनं नोंदवलेल्या तक्रारीसाठी! रेवाबाईच्या शरीरावर अजूनही मारहाणीच्या खुणा होत्या. शिवाय रेवाबाईच्या घरात घुसणारे अनेक पोलीस आणि सोबतच्या लोकांपैकी विशिष्ट लोकांबद्दलच तिची तक्रार होती.

रेवाबाईच्या इच्छेनुसार नबआ आणि तिच्या पाठीराख्यांनी हा मुद्दा मनापासून लावून धरला. एक सत्यशोधन गट स्थापन केला गेला. बऱ्याच प्रयत्नांनंतर एक प्राथमिक माहिती अहवाल (एफ.आय.आर.) दाखल करता आला. खरं तर पोलिसांनी तक्रार दाखल करून घ्यायला नकारच दिला होता, त्यामुळे ती पोस्टानं पाठवण्यात आली. बऱ्याच लढ्यानंतर वैद्यकीय तपासणीही करण्यात आली, मोर्चे काढण्यात आले आणि कोर्टात केस दाखल केली गेली. बलात्कार आणि त्यानंतरचे दिवस हा रेवाबाईच्या दृष्टीनं अतिशय दु:खदायक आणि मानहानिकारक काळ होता. सरकारी दवाखान्यात पुरुष डॉक्टरांच्या गटानं तीन दिवस तिची वैद्यकीय तपासणी केली. सर्वांच्या देखत पुन: पुन्हा केलेली सखोल तपासणी म्हणजे जणू आणखी एक बलात्कारच होता. आपल्या शरीरावरील हे पुन: पुन्हा होणारे आघात अन् अत्याचार तिला सहन होईनात. सतत खोचून खोचून विचारल्या जाणाऱ्या प्रश्नांना तोंड देणं अवघड झालं. त्या प्रश्नांना उत्तर देताना घडलेली हकिगत तिला पुन: पुन्हा सांगावी लागे. वैद्यकीय सल्ल्यानुसार रेवाबाईला तिच्या गावी परत पाठवण्यात आलं. तिच्या वैद्यकीय अहवालात म्हटलं होतं की, 'पेशंट प्रतिक्रियात्मक नैराश्यानं ग्रासला आहे. घरगुती वातावरणात

तिला जास्त बरं वाटेल. तिला घरी पाठवणं तिच्या दृष्टीनं उत्तम होईल.' अशा प्रकारे पूर्णपणे भग्न मन:स्थितीत रेवाबाई घरी गेली. या प्रकरणाभोवती उभारलेला लढा सुरूच राहिला.

नबआच्या विरोधामुळे थोडी तरी कारवाई झाली. 'लोक अधिकार संघ' ही मानवाधिकारासाठी लढणारी गुजरातमधील एक संस्था आहे. तिनं उच्च न्यायालयात गुजरात सरकारविरुद्ध फौजदारी गुन्हा दाखल केला. त्याद्वारे रेवाबाईवर झालेल्या बलात्काराची चौकशी करण्याची मागणी केली. दि. १२ मे, १९९३ रोजी उच्च न्यायालयानं हा तपास पोलिसांच्या संगणक केंद्रातील अतिरिक्त महासंचालक यांच्याकडे सोपविण्याचा आदेश दिला. पोलिसांचे विशेष महानिरीक्षक (व्यवस्थापन) यांनी त्यावर देखरेख करायची होती. अशा प्रकारे उच्च न्यायालयानं काही पोलिसांना दुसऱ्या काही पोलिसांची चौकशी करण्याचा आदेश दिला. एका पोलीसप्रमुखाचा स्वत:च्याच खात्यातील माणसाबद्दल चांगला पूर्वग्रह असणारच. त्यामुळे अशा तपासातून काय निष्पन्न होणार, हे सर्वांना सुरुवातीपासून ठाऊक होतं. परंतु तो अहवाल इतका नीच असेल, असं कुणाला वाटलं नव्हतं.

पोलिसांचे विशेष महानिरीक्षक (व्यवस्थापन) यांनी गुजरात उच्च न्यायालयाला सादर केलेल्या अहवालातील निष्कर्ष असे होते– 'प्राथमिक माहिती अहवाला (एफ.आय.आर.) मध्ये नमूद केलेल्या लोकांची बदनामी अन् मानहानी करण्याच्या हेतूनं ही (बलात्काराची) खोटी तक्रार दाखल करण्यात आली आहे. 'नबआ'नं पूर्ण निकराला येऊन हे कृत्य केलंय. त्यांना गुजरात सरकारविरुद्ध जगाचं लक्ष वेधून घ्यायचं आहे आणि व्यवस्थापनावर दबाव टाकायचा आहे. रेवाबाई ही एक बंडखोर स्त्री आहे आणि ती सहजासहजी कुणापुढे नमणारी नाही. (पण तिच्याच म्हणण्यानुसार) तिला बेड्या घातलेल्या नव्हत्या किंवा डांबून ठेवलेलं नव्हतं, तरी तिनं विरोध करायचा अगर पळून जायचा प्रयत्न केला नाही... जेव्हा तिचा त्यापुढील जबाब नोंदवला आणि याचं स्पष्टीकरण विचारलं, तेव्हा तिच्या वर्तणुकीत धडधडीत तुच्छता दिसली. (म्हणून) ती जरी गरीब *आदिवासी* स्त्री असली, तरी तिला साधी-भोळी म्हणता येणार नाही. (रेवाबाई) छळ आणि मानभंगाबद्दल बोलली, पण त्यावरून तिच्यावर बलात्कार झालाय, असं काही स्पष्टपणे दिसून आलं नाही...

'...परिस्थितीजन्य पुराव्यावरून बलात्कार अगर अत्याचार होण्याला पुष्टी मिळत नाही, कारण घटनास्थळी तब्बल अकरा पोलीस अधिकारी/शिपाई आणि इतर जण दोन जीपमध्ये हजर होते. त्यामुळे त्यांच्यामधील तिघे जण अशा काही कृत्यात गुंतले असतील, असे म्हणणे अतिरंजित कथा वाटते...!'

अखेरीस समारोप करताना अहवाल म्हणतो, '(नबआने) ... ह्या (सरदार

सरोवर प्रकल्प) संदर्भात मिरवणुका, मोर्चे, *धरणे,* आंदोलने आणि उपोषणे घडवून आणली. निव्वळ इरेला पेटून नबआ आंदोलनकर्त्यांनी ह्या *आदिवासी* स्त्रीच्या अटकेचं भांडवल करण्याचा प्रयत्न केला आहे. त्यांना सरकार, व्यवस्थापन आणि पोलिसांना अडचणीत आणायचं आहे; ज्यायोगे त्यांनी येथून पुढं नबआच्या पाठीराख्यांवर कायदेशीर कारवाई करू नये.'

एका माणसाच्या तक्रारीनुसार एका आदिवासी स्त्रीला मध्यरात्रीनंतर ताबडतोब अटक करण्यात येते, याबद्दल त्या अहवालात वावगं असल्याचा काहीच उल्लेख नव्हता! सत्यशोधन गटात गुजरातमधील स्त्री-हक्कांसंदर्भात कार्य करणारे प्रमुख व स्वतंत्र कार्यकर्ते होते. ते सरकारी दवाखान्यातील डॉक्टरला भेटले. त्यानं त्यांना सांगितलं, 'इतके दिवस उलटून गेल्यानंतर बलात्कार झाला आहे की नाही, हे सांगणं कठीण जातं. ती वयस्क आहे आणि तिची अनेक बाळंतपणं झालीत. तिच्यावर अत्याचार होऊन बरेच दिवस झालेत, शिवाय तिनं आपले कपडेही धुतले आहेत...' यासाठीच तर तिला इतके दिवस पोलिस कोठडी न देता न्यायालयीन कोठडी दिली होती, अन्यथा तसल्या आरोपासाठी जामीन सहज मिळू शकतो. त्यामुळे तिची त्याच रात्री सुटका करावी लागली असती.

हीच सत्यशोधन समिती एन– पोलीस ठाण्यातील पोलीस इन्स्पेक्टर आणि पोलीस हवालदाराला भेटली, तेव्हा त्यांना सांगण्यात आलं, "तुम्ही तिचे वर्तमानपत्रातील फोटो पाहिले असतील... ती ४५ वर्षे वयाची स्त्री आहे. तिच्यावर कोण बलात्कार करणार? या गोष्टीवर विश्वास बसत नाही." सत्यशोधन समितीनं जेव्हा विचारलं की, रेवाबाई त्या रात्री एकटीच होती का? त्यावर त्यांना सांगण्यात आलं, "हो. त्या रात्री त्या संपूर्ण गावात ती आणि तिचा जावई हे दोघंच होते. त्यांच्या सोबत मूल नव्हतं. तिचा मुलगा आणि नवरा डोंगरावर कुठं तरी गेले होते. हे डोंगरात राहणारे भिल्ल पोलिसांच्या वाहनाचा नुसता आवाज जरी आला तरी कुठं तरी जाऊन लपून बसतात; अजिबात सापडत नाहीत. रेवाबाई आणि तिचा जावई घराबाहेर झोपले होते. आम्ही त्यांना पोलीस ठाण्यावर यायला सांगितलं, तसे ते उठले आणि चालायला लागले. या लोकांना ठाऊक आहे की, पोलीस अटक करायला आले की त्यांच्याबरोबर जावं लागतं." जेव्हा सत्यशोधन समितीनं विचारलं की, या केसमध्ये पोलिसांनी इतक्या जलद कारवाई का केली? प्रत्येक तक्रारीवर इतक्याच तत्परतेनं कार्यवाही करतात का? तेव्हा पोलिसांनी उत्तर दिलं की, अशाबाबतीत त्यांना ताबडतोब कारवाई करावी लागते. कारण यात धरणग्रस्त लोक गुंतलेले असतात.

विरोध आणि मोर्चे होऊनदेखील काही निष्पन्न झालं नाही. मध्यंतरी रेवाबाई– विरुद्ध तिच्याच समाजातून होणारा विरोध बळावला. विरोधी पक्षानं

प्रतिआंदोलनं केली. तिनं त्यांच्या समाजातील पटेलवर बलात्काराचा आरोप केला होता, त्यामुळे त्यानं तिच्याविरोधात पाठिंबा मिळवण्याची मोहीम हाती घेतली होती. तिच्या समाजातील काही पुरुष आणि तिचाच दीर तिच्याबद्दल असं म्हणाला, "हे असं सांगायला रेवाबाईला लाज वाटायला पाहिजे होती. आपल्या आईसारख्या बाईशी कोणी असं करेल काय? ब– म्हणालेत की *पंचांना* (खेड्यात भांडणावर निकाल देणारी वडीलधारी माणसं) बोलवायला पाहिजे. तिला त्यांच्यासमोर उभी करून कान धरायला लावले पाहिजेत. ती खोटं का बोलली, ते विचारण्यात येईल. काही-बाही झालं असलं, तर तिनं आम्हाला सांगायला पाहिजे होतं. ती दुसऱ्याकडे कशाला गेली? असल्या गोष्टींसाठी *पंच* असतात की! असं कसं सांगितलं तिनं?"

अशा प्रकारे सर्वांच्या दृष्टीनं ती बाब संपली होती. कोणती संघटनादेखील काही करू शकली नसती. नबआचं काम सुरू होतं. पाणी गावांतून शिरू लागलं आणि लोक बेघर होऊ लागले, तसतशी नबआच्या लढ्याची तीव्रता वाढत चालली. नर्मदा खोऱ्यातील तीव्र लढा लढणाऱ्या लोकांची मुस्कटदाबी पोलिसांनी सुरूच ठेवली आणि राज्यातील हिंसा कित्येक पटींनी वाढली. आणखी मारहाण, आणखी लाठीहल्ले, आणखी अनेक लैंगिक अत्याचार झाले आणि पोलिसांच्या गोळीबारात एका मुलाचा मृत्यूही झाला. इथं पाणी एकामागून एक गावं गिळंकृत करत पुढं निघालं होतं. रेवाबाईचं प्रकरण ही एकुलती एक बाब नव्हती, तशा इतर अनेक बाबी होत्या. तिचं एकटीचं घर उखडलं जाणार नव्हतं, तर तशी आणखीही हजारो घरं होती आणि लाखो लोक विस्थापित होणार होते, त्यांतलीच ती एक होती.

दुर्दैवानं नर्मदा बचाव आंदोलनाला बरेच मोठे मुद्दे हाताळायचे होते, बऱ्याच मोठ्या लढाया लढायच्या होत्या, मोठे संघटन साध्य करायचे होते; त्यामुळे रेवाबाईचं प्रकरण हा मुख्य झोत राहिला नाही. ती जरा विस्मृतीतच गेली. इतर जास्त महत्त्वाच्या व तातडीच्या बाबींमुळे तिचा मुद्दा बाजूला पडला. मला त्यानंतर इतकीच माहिती समजली की, ती आपल्या कुटुंबासोबत अजूनही जामलीमध्येच राहते. तिचा नारा आहे, 'इथून कुणीही हलणार नाही, धरण बांधू दिलं जाणार नाही.' तिचे कुटुंबीय, विशेषत: देदलियानं नंतरही लढ्यातील आपला सहभाग सुरू ठेवला. त्यामुळे आमची वरचेवर भेट होत राहिली. पण रेवाबाईनं नंतर फारसा सहभाग घेतला नाही. तिला ज्या भयानक अनुभवांतून जावं लागलं, त्यानंतर असं घडणं साहजिक होतं. ती दृष्टीस पडत नव्हती; तिनं अज्ञातवासात राहणं स्वीकारलं होतं आणि त्यामुळे ती दुर्दैवानं सर्वांच्या विस्मृतीत जाऊ लागली.

पण अचानक एके दिवशी आम्हाला तिच्या मृत्यूची बातमी कळली. तिनं

गळफास लावून घेतला होता. सर्व जण हबकून गेले. तिच्यासारख्या लढाऊ स्त्रीनं अशा प्रकारे आपलं जीवन संपवावं? स्वत:वरील आणि स्वत:च्या जमिनीवरील बलात्कारामुळे स्त्रीवर किती वाईट परिणाम होतो, याविषयी ही आत्महत्या बरंच काही बोलून गेली. ती आता या जगात नाही, पण तिच्यासारख्या अनेक शिपायांचा वारसा घेऊन नर्मदा खोऱ्यातील चळवळ मार्गक्रमण करीत आहे. परंतु दुर्दैवानं त्या शिपायांच्या कथांना आज जनमानसाच्या स्मृतीतही स्थान नाही, की नर्मदा खोऱ्याच्या चरित्रातही!

उठाव : शबनमची कथा

शबनमच्या चेहऱ्यावरील आठी म्हणजे एक कायमस्वरूपी खूण होती. तिचे डोळे नेहमी रागानं लाल झालेले असत आणि तिच्या ओठांवर सतत शिव्या असत. एका लहानशा, अंधाऱ्या बराकीत तिला एकटीलाच कुलूपबंद केलं जाई. ती कैदेमधल्या आणखी एका कैदेत होती. एखाद्या पिंजऱ्यात कोंडलेल्या सिंहिणीप्रमाणे ती त्या अरुंद अन् दमट जागेतच दिवसभर फेऱ्या मारी, तुरुंग कर्मचाऱ्यांना अथकपणे शिव्या घाली. कित्येकदा रात्री उशिरा तिच्या किंकाळ्या ऐकू येत. तिला घाबरून कुणीही तिच्या बराकीजवळ जाण्याचं धाडस करत नसे. अगदी तुरुंगाचे अधीक्षकही शबनमला टाळत.

तिला तुरुंगात येऊन सहा वर्षे झाली होती. त्यातील बराचसा काळ तिनं एकांतवासातील कैदेत काढला होता. सुरुवातीला तिच्यावर सोन्याच्या बिस्किटांची तस्करी केल्याचा आरोप होता आणि तिला दहा वर्षे तुरुंगवासाची शिक्षा झाली होती. पण तिच्यावर अट्टल 'गुन्हेगारापेक्षाही वाईट' असा शिक्का बसण्याचं कारण म्हणजे, तिनं तुरुंगात बंड केलं होतं.

तुरुंगात आल्यावर दहा दिवसांतच मला तुरुंग कर्मचाऱ्यांचा वीट आला. कैदी स्त्रियांना जाडेभरडे आणि विरलेले कपडे वापरायला मिळत. तुरुंगाच्या रंग उडालेल्या उंचच उंच भिंती, कंटाळवाणा परिसर, तुरुंगातील तिरस्करणीय कर्मचारी आणि कैद्यांचे वापरून जीर्ण झालेले कपडे– ह्या सर्वांमुळे तुरुंगाच्या उदास वातावरणात अधिकच भर पडे. प्रत्येक कैद्याला दर वर्षी नवीन कपड्यांचे दोन जोड देण्याची तरतूद होती; परंतु आमच्यासाठी शेकडो मीटर कापड बाजारात विकलं जात असे आणि ते पैसे तुरुंग अधीक्षकांपासून मंत्र्यांपर्यंत सर्वांच्या खिशात जात.

मला तुरुंगात डांबल्याचं समजताच माझे दुःखी-कष्टी आई-वडील रात्रभर खडतर प्रवास करून मला भेटायला आले. त्यांना बराच वेळ काळजीनं तिष्ठत

ठेवल्यानंतरच मला भेटू दिलं गेलं. मला अटक करतेवेळी मारहाण झाली का आणि मला तुरुंगात व्यवस्थित खायला मिळतं की नाही, याची त्यांना सर्वांत जास्त चिंता होती. मला चांगलं खाणं मिळतं, अशी मी त्यांना ग्वाही दिली. मी एवढं म्हणायचा अवकाश, की त्यांनी माझं म्हणणं खोडून काढलं. मला भेटण्यासाठी ते सकाळपासून तुरुंगाच्या आवारात फाटकाजवळ थांबलेले होते आणि तेथील सर्व घडामोडी निरखत होते. तुरुंगात कैद्यांसाठी भाज्यांच्या गाड्या आल्या, तेव्हा तुरुंग कर्मचारी बास्केट भरभरून त्यातील भाज्या घेऊन गेलो होते. दुधाचे हंडे आल्यावर पुन्हा याच गोष्टीची पुनरावृत्ती झाली होती. ते म्हणाले, "निश्चित सांगतो, हे तुरुंग कर्मचारी तुमच्यातील शिधा हडपताहेत."

माझी चोरी पकडली गेली, त्यामुळे मला सत्य सांगावंच लागलं की, आम्हाला मिळणारी भाजी आणि वरण हे थोड्याशा तेल-मिरचीवर परतलेल्या पाण्यासारखं असतं. आमच्या खाण्यात प्रथिने किंवा जीवनसत्त्वांचा अंशही नसतो. कैद्यांसाठीचा मोठ्या प्रमाणातील शिधा– साखर, चहापूड, तेल, धान्य, तांदूळ– इतकंच नव्हे तर साबण, कपडे, पांघरुणेही बाहेर विकली जातात. परिस्थिती इतकी केविलवाणी आहे की, तुरुंगातील काही स्त्रियांसोबत असलेल्या मुलांसाठीच्या दुधावरही कर्मचारी डल्ला मारतात.

स्वातंत्र्य मिळवण्यासाठी प्राणांची आहुती देणाऱ्या भारतीयांच्या पिढीतील माझ्या आई-वडिलांना हे सर्व ऐकून धक्का बसला. ते म्हणाले की, तुरुंगातील अशा अनागोंदी कामकाजासंबंधी आम्ही ताबडतोब सरकारला पत्र लिहून कळवू. पण मीच त्यांना तसं न करण्याचा सल्ला दिला. त्याची काहीही फलश्रुती होणार नाही, असं मी त्यांना सांगितलं; कारण हे सर्व मंत्रीमहोदयांना माहीत आहे आणि बहुतेक त्यांना ह्या लुटीतील सर्वांत मोठा वाटा मिळत असण्याची शक्यता जास्त दिसते. यावर एकच पर्याय होता, तो म्हणजे, वर्तमानपत्रांना याबद्दल कळवणं. पण यामुळे काय होईल? तर, मी जोपर्यंत त्यांच्या ताब्यात आहे तोपर्यंत मलाच त्रास होईल, असं मला वाटलं. त्यामुळे मी तुरुंगातून बाहेर पडेपर्यंत गप्प बसण्यावाचून माझ्यापुढं दुसरा पर्याय नव्हता.

जीवनावश्यक शिधा आणि औषधे विकली जातात, अशा वातावरणात जीवनावश्यक नसलेल्या वस्तू अर्थातच सहजासहजी बाजारात जात असत. स्टेशनरी सामानाची भुरटी चोरी आणि ग्रंथालयासाठीच्या पुस्तकांमध्ये गळती तर नेहमीचीच होती. कैद्यांना रोजगार म्हणून जे पैसे मिळत, त्यातीलही काही भाग तुरुंगाधिकारी खिशात घालत. नातेवाइकांनी कर्मचाऱ्यांना जबरदस्त लाच दिल्याशिवाय त्यांना आतील कैद्यांची भेट घेता येत नसे; अगदी नियोजित भेटीच्या वेळांमध्येदेखील. पैसे दिले नाहीत, तर तुरुंग अधीक्षक त्या आरोपीच्या वागणुकीचा अहवाल

लिहीत नसे. तो अहवाल महत्त्वाचा असतो, कारण त्यावरच पॅरोल मंजूर होत असतो. अशाच प्रकारे ज्यांची लाच देण्याची कुवत आहे, त्यांनाच सुनावणीच्या दिवशी तत्परतेनं न्यायालयात नेण्यात येई आणि ज्यांना लाच देणं शक्य नसे, ते सुनावणीअभावी तुरुंगात वर्षानुवर्षे खितपत पडत. कित्येकदा शिक्षेची मुदत संपून गेल्यानंतरही कैदी तुरुंगात झुरत बसत! त्यांच्या हातात पडला नाही, तर कैद्याची सुटका करणं दुर्बोध कारणाखाली लांबवलं जाई.

तुरुंग कर्मचाऱ्यांच्या दयेवर कैदी आणि त्यांचे दुर्दैवी नातेवाईक अवलंबून असत. त्यांच्या वैयक्तिक लहरी अन् आवडीनिवडी हेच जणू तेथील नियम होते आणि अशा अभेद्य भिंतींच्या आत काय चालतं, हे बाहेरच्या कुणाला समजत नसे. ह्या वाळीत पडलेल्या आरोपींचं कोणालाही सोयरसुतक नसे. सामान्य लोकांच्या दृष्टीनं हे गुन्हेगार म्हणजे समाजातील कीड होती आणि ह्या लोकांपासून सुटका झाल्याबद्दल त्यांना हायसंच वाटे.

मी तुरुंगात आल्यानंतर थोड्याच दिवसांत मला शबनमची कहाणी समजली. ज्योत्स्ना नावाच्या कैद्यानं मला एके दिवशी ही कथा सांगितली.

"त्या वर्षी उन्हाळा फारच कडक होता. पाणीटंचाई असल्यानं आम्हाला अंघोळ एका दिवसाआड करावी लागे आणि कपडे चार दिवसांतून एकदा धुता येत. परंतु सर्व तुरुंग कर्मचाऱ्यांचे कपडे मात्र रोज धुवावे लागत. शबनमनं असलं काम विनामोबदला करण्यास नकार दिला. याआधी तिनं तुरुंगातील वॉर्डन स्त्रियांचे पाय चेपायलाही नकार दिला होता. यापूर्वी त्यांच्या आज्ञा पाळण्यास कधी कुणीच नकार दिला नसल्यानं तुरुंग कर्मचाऱ्यांना राग आला. तेव्हापासून शबनमला शिक्षा मिळायला सुरुवात झाली. सुरुवातीला ह्या शिक्षा सौम्य होत्या. उदाहरणार्थ– तिला काही दिवस हातकड्या घालणं, तिची मजुरी कमी करणं, तिला खाणं कमी देणं वगैरे वगैरे. हळूहळू शिक्षेची तीव्रता वाढली."

यानंतर ज्योत्स्ना अलीकडेच घडलेली एक घटना सांगू लागली. "तुला इथं येऊन फार दिवस झाले नाहीयेत, त्यामुळे तुरुंगात स्वातंत्र्यदिन आणि प्रजासत्ताकदिन किती उत्साहानं साजरा होतो, हे तुला ठाऊक नाहीये. अशा प्रसंगी समारंभाची शोभा वाढवायला महत्त्वाच्या अधिकारी व्यक्तीला बोलावलं जातं. देशभक्तीची गाणी वाजवली जातात आणि संध्याकाळी स्वातंत्र्यलढ्यावर आधारित सिनेमाही दाखवला जातो. सकाळी झेंडावंदनाचा सोहळा होतो, त्यानंतर पाहुण्यांची भाषणं होतात, मिठाई वाटली जाते आणि बदल म्हणून चांगला स्वयंपाक केला जातो. अशा प्रसंगांची आम्ही आतुरतेनं वाट पाहतो, कारण आमच्या कंटाळवाण्या दिनक्रमात त्याच दिवशी बदल होतो.

"त्या दिवशीसुद्धा स्वातंत्र्यदिनाची सुरुवात मोठ्या उत्साहात झाली. आम्ही सर्वांनी आमच्या गलिच्छ बराकी पूर्णपणे धुऊन काढल्या आणि अंघोळी केल्या. अंघोळीचं पाणीदेखील रोजच्यासारखं मोजून-मापून घ्यावं लागलं नाही. समारंभासाठी स्टेज उभारलं होतं. त्याभोवती आम्ही *रंगीत* रांगोळ्या काढल्या. त्यातल्या त्यात चांगले कपडे घातले आणि पाहुण्यांची वाट बघत बसलो. संध्याकाळी मनोजकुमारचा *'क्रांती'* सिनेमा दाखवणार होते. त्यामुळे आमचा उत्साह वाढला होता. जवळपास एक आठवडा आम्ही या दिवसाची तयारी करण्यात गुंतलो होतो.

"आमंत्रितांसमोर गाव्या लागणाऱ्या गाण्याचा आम्ही आठवडाभर सराव केला होता. तुरूंग कर्मचारीदेखील जोरदार तयारीला लागले होते. कारण, त्या वर्षी कार्यक्रमाला तुरूंगमंत्री येणार होते. म्हणूनच तुरूंग अधीक्षक स्वत: जातीनिशी सर्व तयारीवर देखरेख करत होते. सकाळी साडेसात वाजता स्टेजची तयारी पूर्ण झाली आणि ठीक साडेआठ वाजता फाटकापाशी पाहुण्यांची वाट पाहत तुरूंग कर्मचारी उभे राहिले. मोटारींचा सायरन ऐकू येताच पाहुण्यांचे स्वागत करण्यासाठी हार-तुरे घेऊन सर्व जण ताठ उभे राहिले. मंत्रीमहोदय आल्यावर त्यांना अधिकृत सलामी देण्यात आली, अनेक हार घालण्यात आले आणि काहींनी वाकून नमस्कारही केला. हा सर्व खटाटोप त्यांना खूश करण्यासाठी केलेला होता. त्यांच्यावर प्रभाव पडावा यासाठी कर्मचाऱ्यांनी केलेला होता.

"पुरुष विभागातील कार्यक्रमानंतर पाहुणे आमच्या विभागात आले. त्यांच्यासोबत वृत्तपत्रांचे बातमीदारही होते. या प्रसंगाची प्रसिद्धी मिळून मंत्रीमहोदयांचा उदो-उदो व्हावा म्हणून त्यांना बोलावण्यात आलं होतं. कार्यक्रमाची सुरुवात आम्ही देशभक्तीपर गाणे गाऊन केली. मला आठवतं, आम्ही *'दे दी तूने आझादी बिना खड्ग बिना ढाल; साबरमती के संत तूने कर दिया कमाल...'* हे गाणं म्हटलं होतं. आमच्या गाण्यानंतर लठ्ठंभारती, उद्दाम दिसणारे मंत्रीमहोदय झेंडा फडकावण्यासाठी पुढं आले. त्यांना खूप भाव मिळत होता अन् ते त्याची मजा लुटत होते. सारं काही आमच्या अधीक्षकांनी ठरवल्याप्रमाणे घडत होतं. मंत्रीमहोदयांना खात्री होती की, उपस्थित पत्रकार आपली स्तुती करतील आणि समाजातील आपल्या प्रतिमेला आवश्यक तो उठाव निवडणुकीपूर्वी मिळून जाईल. कार्यक्रम छान झाला. त्यामुळे तुरूंग कर्मचाऱ्यांवर मंत्री खूश झालेले दिसले.

"पण मंत्री पुढं येऊन झेंड्याची दोरी खेचणार, इतक्यात अनपेक्षित घटना घडली. कैद्यांमधून शबनम सरसर पुढे आली, मंत्र्यांकडे पळत गेली आणि तिनं त्यांना भडाभडा नाही-नाही त्या शिव्या घातल्या. तिच्या अंगावर रोजचे जुने कपडे होते आणि ती पूर्णपणे अस्ताव्यस्त अवतारात होती. आतापर्यंत कुणाचंच तिच्याकडे लक्ष गेलं नव्हतं, कारण सर्व जण कार्यक्रमात गुंग होते. मला तिच्या

उद्रेकाचा शब्द न् शब्द आठवतो. ती एका माथेफिरू सारखी दिसत होती अन् मंत्र्यांना उद्देशून वाट्टेल ते ओरडून बोलत होती, 'ए नालायकांनो, रक्त प्यायला चटावलेल्यांनो... तुम्ही आम्हाला फसवता, आम्हाला ठकवता, आम्हाला लुटून तुम्ही गब्बर होता, गरिबांचं शोषण करता आणि आता इथं झेंडावंदन करायला येऊन आमच्यापुढे देशकर्तव्याचं भाषण ठोकायला येता काय? आम्हा सगळ्यांना लुटणार तुम्ही आणि वर आम्हालाच तुरुंगात टाकण्याचं धैर्य कसं होतं तुमचं? तुम्हा डाकूलोकांची कायद्याचे रक्षक म्हणून मिरवायची हिंमत कशी होते? हरामखोरांनो, तुम्ही गुन्हेगारमंडळी आमचे पालनकर्ते होय? नालायकांनो, तुमचा मुडदा बसवला... मसणात जाल तुम्ही!'

"काय होतंय, हे कर्मचाऱ्यांच्या ध्यानात येईपर्यंत खूप उशीर झाला होता. शबनमनं मंत्र्याच्या हातातून झेंड्याची दोरी हिसकावली होती आणि त्यांची कॉलर पकडून ती त्यांना गदागदा हलवत होती. हा हल्ला इतका अचानक झाला की, त्यांचा तोल गेला आणि ते खाली पडले. तुरूंग अधीक्षक त्यांच्या मदतीला धावले. तुरूंग कर्मचाऱ्यांनी मोठ्या प्रयासानं मंत्रीमहोदयांना शबनमच्या पकडीतून सोडवलं. तिच्या बराकीकडे ओढत नेत असतानादेखील ती बेंबीच्या देठापासून किंचाळत होती आणि शिव्या घालत होती.

"मंत्री संतापानं फणफणू लागले. पण त्यांनी चट्कन स्वत:ला सावरलं. उलट, त्यांनी स्वत:च परिस्थितीचा ताबा घेतला आणि ते ध्वनिक्षेपकापाशी आले. दु:खी स्वरात ते म्हणाले, 'कृपया सर्वांनी बसून घ्यावं. ह्या महान दिवशी आपल्या समारंभात अडथळा आल्याबद्दल उपस्थित पाहुण्यांची मी माफी मागतो. पण यांच्यासारख्या (आमच्याकडे बोट दाखवत ते म्हणाले) अट्टल गुन्हेगारांकडून आपण दुसरी काय अपेक्षा करू शकतो? त्यांना सुधारण्याचा, त्यांच्यामध्ये देशाप्रति कर्तव्यभावना निर्माण करण्याचा आपण शर्थीनं प्रयत्न करतो; पण हे खरोखरच कठीण काम आहे, हे तुम्ही पाहताच आहात. शबनम एक घातक गुन्हेगार आहे. तिचे पाकिस्तानी आय.एस.आय.च्या लोकांशी संबंध आहेत. आज देवाच्या कृपेनं मी वाचलोय. तुरुंगातील प्रतिकूल व बऱ्याचदा जिवावर बेतणारे प्रसंग प्रत्यक्ष अनुभवायला मिळावेत, म्हणून मुद्दामहून मी आज पत्रकारांना आमंत्रित केलं होतं. अशा घातक गुन्हेगारांपासून संपूर्ण मानवजातीला धोका आहे. अशा गुन्हेगारांना येथील कर्मचारी स्वत:चा जीव धोक्यात घालून सांभाळतात, याचं मला कौतुक वाटतं. तुरुंगातील काम किती धोकादायक आहे, याचा आजचा प्रसंग निदर्शक आहे. शत्रू केवळ सीमेपलीकडे नाही, तर आपल्या समाजातही आहे. तुरुंगाचे व्यवस्थापन अशा गुन्हेगारांवर देशांतर्गत नियंत्रण ठेवते, तर आपले जवान सीमेवर युद्ध करतात. अशा प्रकारे हे दोघंही आपल्या प्राणांचे

रक्षण करतात. मी सर्वांना परिस्थिती समजून घेण्याचं आवाहन करतो आणि हा कार्यक्रम पुढे सुरू ठेवण्याची विनंती करतो. कारण ह्या मंगलमय दिवशी, राष्ट्राप्रति माझं कर्तव्य बजावण्यात मी कसूर करणार नाही, काहीही झालं तरी मी मागं हटणार नाही. आपली गैरसोय झाल्याबद्दल मी पुन्हा एकवार दिलगिरी व्यक्त करतो.'

"मंत्र्याचं भाषण प्रभावी झालं. उदार, धाडसी, देशप्रेमी अशी स्वत:ची प्रतिमा उभी करण्यात ते यशस्वी झाले. आमच्यासारख्या समाजविघातक घटकांपासून समाजाचं रक्षण करण्यासाठी तुरूंग व्यवस्थापन मोठा धोका पत्करून काम करतं, याची पत्रकारांना खात्री पटली.

"पण कार्यक्रम संपून पाहुणे निघून गेल्यानंतर मंत्रीमहोदयांचा पवित्रा बदलला– अगदी सरडा रंग बदलतो तसा! ते इतके संतापले की, त्यांनी तिथल्या तिथं ताबडतोब मीटिंग बोलवून प्रत्येकाला धारेवर धरलं. एका गुन्हेगार स्त्रीला काबूत ठेवता न आल्याबद्दल त्यांनी अधीक्षकासह सर्व तुरूंग कर्मचाऱ्यांची काहीही मुलाहिजा न ठेवता तासंपट्टी केली. हे आम्हाला नंतर समजलं. त्यांनी इतकी कठोर पावलं उचलली की, एक-दोन दिवसांतच वरिष्ठ तुरूंग अधिकाऱ्यांच्या बदलीचे आदेश आले आणि काही जणांना तर कनिष्ठ पदावर ढकलण्यात आलं. त्या सर्वांना दूरच्या ठिकाणी लहानशा तुरुंगात नेमण्यात आलं. बदल्यात त्यांच्या जागी निर्दयतेसाठी कुख्यात असे अधीक्षक आणि वॉर्डन नेमले गेले. अशी घटना पुन्हा घडू नये म्हणून योग्य कारवाई करावी, असे आदेश दिले गेले.

"नवीन अधीक्षक आणि वॉर्डन यांनी कामावर रुजू झाल्या-झाल्या सर्वच कैद्यांना आणि खास करून शबनमला धडा शिकवण्यासाठी एक बेत आखला. व्यवस्थापनाविरुद्ध कट केल्याचा आरोप शबनमवर केला गेला आणि तिच्यावर कठोर कारवाई केली गेली. ती तुरुंगातून पळण्याचा प्रयत्न करताना तिला रंगे-हाथ पकडलं, अशी कथा रचण्यात आली. शिवाय ती इतर कैद्यांवर, तुरूंग कर्मचाऱ्यांवर दादागिरी करते, असा तिच्यावर आरोप करण्यात आला. तिच्यावरील सर्व आरोप सिद्ध झाले. त्यामुळे तिची एकांतवासाची शिक्षा सुरू झाली.

"पण प्रकरण इथंच संपलं नाही. शबनमच्या विरोधात इतकी कठोर पावलं उचलली गेली की, तिच्या नवऱ्याचीदेखील खैर केली नाही. त्याचा तर या प्रसंगाशी काहीच संबंध नव्हता. तरीही त्याच्यावर शबनमच्या पलायनाचा कट रचण्याचा आरोप ठेवला गेला आणि त्याला अटक झाली. शबनमच्या खटल्याची त्रासदायक सुनावणी आणि तुरुंगात रवानगी याच्या धक्क्यातून तो नुकताच सावरला होता अन् कसाबसा पुन्हा उभा राहिला होता; तो पुन्हा एकदा तुरूंग आणि कोर्टकचेरीच्या चक्रात सापडला. आता तोदेखील सुनावणीअभावी तुरुंगात

अडकला आहे आणि न्याय मिळण्याची फोल आशा बाळगून वाट पाहतो आहे.''

मला शबनमविषयी आणखी माहिती मिळवण्याची इच्छा होती. कारण प्रशासनाच्या मर्जीवर पूर्णपणे अवलंबून असलेली एखादी व्यक्ती त्याला विरोध करण्याचं एवढं धाडस करते, या घटनेनं मी प्रभावित झाले. पुन्हा एकदा ज्योत्स्नानं मला उर्वरित कथा सांगितली, कारण त्या स्थितीतील शबनमशी संवाद साधणं अशक्य होतं. शिवाय तुरूंग कर्मचाऱ्यांनी मला तिच्या जवळपासही फिरकू दिलं नसतं.

...शबनम एका पारंपरिक शेतकरी कुटुंबात जन्मली. ती फक्त पाचवीपर्यंत शाळा शिकली. तिचे भाऊ जवळच्या शहरात शाळेला जात. त्यांना खूप मित्र होते आणि त्यांतील 'रणवीर' हा खूप जवळचा मित्र होता. शबनम आणि रणवीर हळूहळू प्रेमात पडले. सर्वच खेड्यांत असते त्याप्रमाणे तिच्याही खेड्यात प्रेमविवाहांना मनाई होती, पण हिच्या बाबतीत जास्तच होती; कारण तो हिंदू होता आणि ही मुस्लिम. यावरून काय ते तुमच्या लक्षात आलं असेल. तरीदेखील दोघंही स्वत:ला सावरू शकले नाहीत. दोघांच्याही समाजात गवगवा होऊ नये, म्हणून ते गुपचूप भेटत. पहिल्या-पहिल्यांदा कुणालाही त्यांच्या संबंधांबद्दल संशय आला नाही, पण हळूहळू लोकांच्या जिभा वळवळू लागल्या आणि गावातील चर्चेची बातमी तिच्या घरापर्यंत पोचली. परिणामी, रणवीरला घरी येण्यास आणि शबनमला घराबाहेर जाण्यास तिच्या घरच्यांनी बंदी केली गेली.

आपले संबंध असेच पुढे सुरू ठेवण्यासाठी काय किंमत मोजावी लागेल, हे दोघांनाही ठाऊक होतं. जवळच्याच एका गावात एकाच वर्षापूर्वी एका हिंदू मुलीनं मुस्लिम मुलाशी लग्न केलं. लग्न झाल्यानंतर दोन्हीकडची कुटुंबं हे लग्न स्वीकारतील, असं त्यांना वाटलं होतं. पण तसं काही घडलं नाही. उलट, सर्व मुस्लिम कुटुंबांची घरं जाळण्यात आली. गावातील एकूण एक मुस्लिम कुटुंबं गाव सोडून पळून गेली. त्यांना आपल्या नातेवाइकांच्या घरी आश्रय घ्यावा लागला.

शबनम आणि रणवीरनं चिठ्ठ्यांची देवघेव कशी तरी सुरू ठेवली आणि पळून जाण्याचा बेत ठरवला. 'गावातून नाहीसं व्हावं आणि पुन्हा कधीच गावात पाऊल टाकू नये, हे उत्तम', असा त्यांनी विचार केला. आपल्या मीलनामुळे आपल्या कुटुंबीयांना त्रास होऊ नये, असा त्यांचा हेतू होता. आपण परत आलो नाही, तर प्रकरण चिघळणार नाही. मुस्लिम समाज अल्पसंख्याक होता, त्यामुळे ते बहुसंख्याक हिंदू समाजावर आपली मुलगी पळवल्याचा आरोप करण्यास

धजावणार नाहीत, असा त्यांचा होरा होता. आपण नजरेसमोर नसलो म्हणजे हा विषय त्यांच्या मनातून निघून जाईल अन् कोणाला कसलाच त्रास होणार नाही.

ठरलेल्या दिवशी दोघेही घरापासून दूर अशा परराज्यातील शहरात पळून गेले. शबनम रिकाम्या हाती घरातून निघून आली होती, तर रणवीरजवळ काही पैसे होते. ते त्यानं वडिलांच्या तिजोरीतून चोरले होते. त्या पैशांतून त्यांनी एका लॉजमधील एक स्वस्तातील खोली घेतली. त्यांना सर्वांत आधी लग्न करायचं होतं. दुर्दैवानं त्यांची हतबलता अन् अधीरता मॅजिस्ट्रेटच्या लक्षात आली आणि त्यात त्यांच्याकडून पैसे उकळता येण्याची शक्यता दिसली. त्यांना मॅजिस्ट्रेटला लाच द्यावी लागली आणि साक्षीदार विकत घ्यावे लागले. त्यानंतरच त्यांचं लग्न लागलं. शहरात राहणं, लग्न आणि इतर साऱ्यांसाठी खर्च होऊ लागला; त्यांच्या अपेक्षेपेक्षा खूप खर्च होऊ लागला. टेबलाखालून बरेच पैसे द्यावे लागले. रणवीरनं आणलेले पैसे लवकरच संपले.

स्वत:जवळ पैसे मिळवण्याचं कसब नसताना किंवा कुटुंबाचा पाठिंबा नसताना एखाद्या शहरात तग धरणं किती अवघड आहे, हे त्या जोडप्याला ठाऊक नव्हतं. पळून जाताना त्यांनी इतकाच विचार केला होता की, रक्तपात न होता आपण एकत्र येऊ शकू. त्यांनी आपल्या अवघड भविष्याबद्दल मुळीच विचार केला नव्हता. आपल्या निर्णयामुळे दंगाधोपा होऊ शकेल, या विचारानंच ते इतके घाबरून गेले होते की, त्यांना दूरवरचा विचार सुचलाच नव्हता. खेड्यात राहिल्यामुळे त्यांना मोठ्या शहरातील रिवाजांची कल्पना नव्हती.

परंतु, त्यांनी धीर सोडला नाही. लवकरच रणवीर काम शोधू लागला. अनेक आठवडे लोटले, तरी त्याला काम मिळेना. तो शहरात नवखा होता, त्याच्याकडे कुणाची ओळख नव्हती की गुणवत्ता नव्हती. त्यामुळे त्याला काम मिळवणं अवघड झालं. अखेर त्यानं स्वत:चा व्यवसाय सुरू करायचं ठरवलं, पण त्याच्यासाठीही कौशल्याची आवश्यकता होती. त्यामुळे त्यानं मोटार मेकॅनिकचं प्रशिक्षण घ्यायला सुरुवात केली आणि शबनमनं मोलकरणीचं काम सुरू केलं. ती लोकांकडे धुणीभांडी आणि झाडलोटीचं काम करू लागली.

अशा प्रकारे अनेक महिने लोटले. त्यांचं आयुष्य खडतर होत होतं आणि त्यांनी जी स्वप्नं पाहिली होती, त्यातलं काहीही त्यात नव्हतं. त्यांनी इतक्या खडतर परिस्थितीची कल्पनाही केली नव्हती. विशेषत: रणवीरची या दृष्टीनं मानसिक तयारी नव्हती. ह्या वळणावर दोघांच्या मनात एकच विचार असे की, पोट कसं भरायचं? रणवीर गॅरेज सुरू करेल, या एकाच आशेवर ते जगत होते.

काही महिन्यांनी रणवीरचं प्रशिक्षण पूर्ण झाल्यावर, त्यानं रस्त्याकडेला स्वत:चं गॅरेज सुरू करण्याचे प्रयत्न सुरू केले. मोठ्या शहरातील मुख्य रस्त्याजवळ

छोटंसं दुकान भाड्यानं घेणं आणि हत्यारं विकत घेणं, यासाठीही खूप पैसा लागणार होता. त्याला शून्यातून सुरुवात करायची होती. थोडं भांडवल असतं, तरच हे शक्य झालं असतं. पण भांडवल उभं करणं सोपं नव्हतं. त्याला पैसे उसने देण्याइतपत कुणाचा त्याच्यावर विश्वास नव्हता. जामीनाविना बँकेतून कर्ज मिळालं नसतं आणि तारण ठेवण्यासाठी त्याची काही मालमत्ताही नव्हती.

हळूहळू रणवीरला वाटू लागलं की, कुटुंब व समाजाचा काही तरी उपयोग असतो आणि शतकानुशतके चालत आलेल्या परंपरा काही पूर्णपणे चुकीच्या नसतात. प्रेमासाठी आपण आपल्या घरच्यांशी सर्व संबंध पट्कन तोडले याचा त्याला हळूहळू पश्चात्ताप होऊ लागला. आता त्याला घरातील सुखसोई आणि खेड्यातील सुरक्षित वातावरणाचा अभाव जाणवू लागला. मी घरच्यांबरोबर राहिलो असतो आणि एका लहरीसरशी असा निर्णय घेतला नसता, तर कौटुंबिक व्यवसाय वारशाने माझ्याकडेच आला असता. आई-वडिलांच्या पंखाखाली ह्याच्यापेक्षा नक्कीच चांगलं आयुष्य गेलं असतं.

शबनमला रणवीरच्या या वेदनेची लक्षणं जाणवली. रणवीरनं इतक्या लवकर हातपाय गाळावेत आणि पराभव स्वीकारावा याचं तिला वाईट वाटलं. पळून जाण्याच्या आपल्या निर्णयाचं त्याला वाईट वाटलेलं पाहून ती घायाळ झाली.

वाट्टेल ते करून आपलं लग्न टिकवायचं, असा तिनं निश्चय केला, कारण तिनं त्याच्यासाठी मोठा त्याग केला होता. आता रणवीरखेरीज तिचं दुसरं कुणी नव्हतं. त्यामुळे त्याला गमावण्याच्या विचारानं ती गडबडली. सामाजिक बहिष्कारापुढं आम्ही नमलो नाही; मग आर्थिक अडचणीपुढं तर मुळीच हार मानणार नाही, असा निश्चय तिनं केला.

एकदा का गॅरेजसाठी पैसे उभे केले की, आपले प्रश्न कायमचे सुटतील, असा तिला विश्वास होता. त्यामुळे तिनं आपल्या कामावरील घरातून पैसे उसने मागण्याचा कसोशीनं प्रयत्न केला. पण कुणीच तिला पैसे उसने द्यायला तयार झालं नाही. उलटणाऱ्या प्रत्येक दिवसागणिक रणवीरची निराशा वाढू लागली.

शबनम जिथं घरकाम करी, त्यातील एक घरमालकीण शबनमच्या अडचणी ऐकून घेत असे. याआधी काही वेळा तिनं शबनमला सांगितलं होतं की, मी तुला चांगला पैसा देणारं परंतु जरासं धोकादायक असं काम मिळवून देईन. यापूर्वी शबनमनं हा प्रस्ताव नाकारला होता. पण आता तिची परिस्थिती खूपच खालावली होती. आता गॅरेजसाठी भांडवल उभं करण्यासाठी ती काहीही करण्याच्या मन:स्थितीत होती. शबनमनं आपला निर्णय त्या स्त्रीला सांगितला. तिनं शबनमला संध्याकाळी आपल्या नवऱ्याला भेटण्यासाठी बोलावलं. तिचा नवरा सोनार होता.

त्या रात्री सोनारानं शबनमला सांगितलं की, बेकायदा कामातूनच पट्‌कन पैसा मिळवता येतो. त्यानं तिला सांगितलं की, तुला कुणाचं पाठबळ नसल्यानं तुझ्यापुढं दुसरा पर्यायच नाहीये. त्यानं सांगितलं की, ह्या शहरातील सोनारांना सीमेपलीकडून सोनं आणून देणाऱ्या काही स्त्रिया आहेत आणि त्यांना दर फेरीमागं खूप पैसा दिला जातो. यात पकडलं जाण्याचा धोका फार कमी आहे. आतापर्यंत एकही स्त्री पकडली गेली नाहीये, अशी त्यानं शबनमला खात्री दिली. आमची सर्व योजना बिनचूक असते आणि आमची यंत्रणा विश्वासू आहे. त्यातूनही कुणी स्त्री पकडली गेली तर त्यातून तिला कसं सोडवायचं, हे आम्हाला चांगलं ठाऊक आहे. तो म्हणाला, की आम्हाला कामासाठी माणूस ताबडतोब हवा आहे. आणखी दोघी बायका हे काम करायला तयार आहेत, त्यामुळे तू पट्‌कन काय तो निर्णय घे. तू आमच्या घरी काम करतेस, त्यामुळे मी तुला मदत करण्याचा प्रयत्न करतोय, असं त्यानं समजावलं.

शबनमला कसंही करून आपल लग्न मोडू द्यायचं नव्हतं. त्यासाठी कोणत्याही स्तराला जाण्याची तिची तयारी होती. शिवाय भविष्याचा विचार करता, सोनाराचा प्रस्ताव चांगला होता. पूर्वी पत्करलेल्या जोखमीपेक्षा या कामात कमी धोका वाटत होता. प्रेमासाठी तर तिनं स्वत:चा आणि माहेरच्यांचा जीवही धोक्यात घातला होता; त्यापुढे ह्या कामाची इतकी भीती वाटत नव्हती. तरीही तिच्या मनात धाकधूक होती– पकडले गेले तर कठोर शिक्षा होईल. पण, तिनं विचार केला, 'आतापर्यंत या धंद्यात कुणीच बाई पकडली गेली नाहीये, तर मीच कशी पकडली जाईन?' शिवाय आपण अगदी थोड्या फेऱ्या करणार आहोत, रणवीरला गॅरेज सुरू करण्यापुरते पैसे मिळाले, की झालं.

या सर्वांपेक्षा गेल्या काही महिन्यांत खाल्लेल्या टक्क्याटोणप्यांनी शबनमला एवढी अक्कल आली होती की, आपल्यासारख्या माणसांना ह्या बेकार परिस्थितीतून पट्‌कन बाहेर पडायचं तर अवैध मार्ग वापरावाच लागेल. तिला हेही कळून चुकलं होतं की, या शहरातील न्यायाधीश असो वा पोलीस अधिकारी, सोनार, डॉक्टर, की राजकारणी; अपवाद वगळता जवळजवळ प्रत्येक जण पैसा कमावण्यासाठी अवैध मार्ग वापरतो. अशा युक्तिवादानं तिला रणवीरची संमतीही सहज मिळवता आली. अशा प्रकारे संपूर्ण मानसिक तयारी झाल्यानंतरच शबनम काम स्वीकारण्यासाठी सोनाराकडे गेली.

सोनारानं शबनमला सर्व माहिती दिली... ''तुला राजस्थानातील एका गावातून सीमा ओलांडून पाकिस्तानमध्ये शिरावं लागेल. पाकिस्तानच्या सीमेलगत खूप विस्तीर्ण प्रदेश आहे, त्यामुळे सुरक्षारक्षकांना त्या सर्व प्रदेशावर नियमितपणे व व्यवस्थित गस्त घालता येत नाही. त्या प्रदेशात खूप थोडी गावं आहेत; घरं

विरळ आहेत. दर दोन घरांत एक-दोन किलोमीटर अंतर असतं, त्यामुळेच आपलं काम गुपचूप करणं शक्य असतं. सीमेच्या दोन्ही बाजूंना वाळवंट आहे, त्यामुळे कधी कधी कित्येक किलोमीटरच्या टप्प्यात चिटपाखरूसुद्धा दृष्टीस पडत नाही. पलीकडील भागातील सुरक्षाव्यवस्था तर आणखीनच विरळ आहे. सीमेच्या दोन्ही बाजूंस आमची माणसं आहेत आणि तुला एखादा दिवस राहावं लागल्यास तसे विश्वासू घरमालकदेखील आहेत. पाकिस्तानात जायचं काम फक्त रात्रीच्या वेळी करायचं, तेही चालत. दुसऱ्या बाजूला मालकाकडे सोनं तयार असेल, ते तू जपून इथं घेऊन यायचं– इतकंच तुझं काम! ह्या सर्व गोष्टीला जास्तीत जास्त चार-पाच दिवस लागतात अन् यात धोका अगदी कमी आहे. सुरुवातीला तू दुसऱ्या एका बाईबरोबर जा, म्हणजे तुला या कामाची पद्धत नीट समजेल; पण नंतर मात्र तुझं तुला एकटीनं जावं लागेल. ह्या कामातील सर्वांत अवघड भाग म्हणजे वाळवंटातून मार्ग काढणं. ते तुला पहिल्या काही खेपांमध्ये तुझ्यासोबत असणाऱ्या बाईकडून शिकावं लागेल. मी उद्या तुला तुझ्या जोडीदारणीची ओळख करून देईन; तुम्हाला दोघींना अमावस्येच्या आधी एक-दोन दिवस निघावं लागेल.'' त्यानं शबनमला प्रवासखर्चापुरते पैसे दिले; तिच्या कामाचे पैसे मात्र ती सोनं घेऊन आल्यानंतर मिळणार होते.

अशा प्रकारे शबनमच्या फेऱ्यांना सुरवात झाली. पहिल्या काही फेऱ्यांमध्ये एका अनुभवी बाईनं तिला त्या विस्तीर्ण वाळवंटातून कसं जायचं, ते शिकवलं. जातेवेळी फारच जागरूक राहावं लागे, कारण वाट चुकली तर कंबख्ती ठरलेलीच! शबनम मला सांगायची की, त्या फेऱ्या म्हणजे तिच्या आयुष्यातील खूप दुःखदायक आणि भीतिदायक प्रवास होता. ती आणि रणवीर पळून जाताना जितक्या वेदना झाल्या आणि भीती वाटली, त्याच्या तोडीस तोड असा तो अनुभव होता.

त्यांना संपूर्ण प्रवासात वाटेत फारशी विश्रांती घेता येत नसे, कारण उजाडण्यापूर्वी कित्येक किलोमीटरचं अंतर पार करायचं असे. त्यांना एका पडक्या, ओसाड घरी जावं लागे. तिथं सोनं तयार ठेवलेलं असे. तिथं त्यांना पूर्ण दिवस लपून बसावं लागे. कारण परतीचा प्रवास पुन्हा रात्रीच करायचा असे. लागोपाठ दोन रात्रभर एवढे किलोमीटर चालण्यानं पायांचे तुकडे पडायची वेळ येत असे, परंतु पकडले जाण्याची किंवा हरवण्याची भीती आणि मानसिक ताण त्यापेक्षाही जास्त वाईट असे. पहिल्या फेरीनंतर शबनमनं तर हातपायच गाळले; पण सोनं पोचवल्यानंतर मिळालेल्या पैशांचा मोह जास्त होता. आणखी थोड्याच फेऱ्या केल्या की गॅरेज सुरू करता येईल, ह्या एकाच विचारानं तिला हे अग्निदिव्य पुन्हा करण्याची प्रेरणा मिळे.

आस्ते-आस्ते शबनमला ह्या फेऱ्यांची सवय झाली. प्रत्येक फेरीत ती

सोन्याची तीस ते चाळीस बिस्किटं लपवून आणत असे आणि त्याबद्दल घसघशीत मोबदला मिळवे. हा अवैध धंदा असला तरी, त्यातील माणसं एकमेकांशी प्रामाणिक होती; ती मला हे बऱ्याचदा सांगे. थोड्याच काळात रणवीरला गॅरेजसाठी जागा भाड्यानं घेण्यापुरते व गॅरेज सुरू करण्यापुरते पैसे शबनमनं कमावले. पुढंमागं अचानक गरज पडली तर असावेत म्हणून आणखी थोड्या पैशांची तरतूद करणं आवश्यक होतं. त्यासाठी आणखी काही फेऱ्या करायला लागणार होत्या. त्यानंतर ती हे काम सोडणार होती.

पण तिच्या शेवट-शेवटच्या एका फेरीत घडू नये ते घडलं. शबनम सोनं घेऊन पाकिस्तानातून भारतात शिरताच तिचा आश्रयदाता जगतापनं तिला सावध केलं, की सर्व परिसरात कडक तपासणी होत आहे. त्यामुळे पुढचा प्रवास लगेच करू नकोस. दोन दिवस लपून काढल्यानंतर तिला धीर धरवेना. लवकरात लवकर घरी परतावं, असं तिला वाटू लागलं. पण तिला पुन्हा इशारा देण्यात आला की, सुरक्षासैनिकांच्या मोठमोठ्या तुकड्या त्या क्षेत्रात डोळ्यांत तेल घालून गस्त घालत आहेत. त्यांना सुगावा लागू न देता पुढं जाणं शक्य दिसत नव्हतं. आणखी काही दिवस गेले. अडकून पडल्यामुळे शबनम उबगली. तिला रणवीरशी संपर्क साधायचा होता. कारण तो काळजीनं हैराण झाला असणार, हे तिला ठाऊक होतं. पण जवळपास कुठं फोनही नव्हता. ती ज्या घरात थांबली होती, ते घर गावापासून दूर, एकाकी ठिकाणी होतं. जवळच्या शहरात गेल्याशिवाय रणवीरला निरोप पाठवणं शक्य नव्हतं. अशा निराधार अवस्थेत फार काळ राहता आलं नसतं.

जगतापचादेखील धीर सुटत चालला होता. शबनमला जास्त दिवस ठेवून घेण्यात धोका होता. कारण गावातील लोक दूर राहत असले तरी, जगतापकडे थोड्या संशयानेच पाहत. अशा दूरवरच्या, कमी लोकसंख्येच्या प्रदेशात नवख्या माणसाची बातमी वाऱ्यापेक्षा वेगानं पसरत असे. शिवाय, सुरक्षासैनिकांचा तपासणी करण्याचा हा असला प्रकार त्यानं यापूर्वी कधी पाहिला नव्हता. काही दहशतवादी देशात शिरले आहेत, अशी बातमी पसरली होती. त्यामुळे घराघरांत जाऊन तपासणी केली जाणार आहे, असं त्याच्या कानावर आलं होतं. परिणामी, स्वतःच बाहेरगावी निघून जावं आणि पोलीस ह्या भागातून निघून गेल्याशिवाय आणि वातावरण मूळपदावर आल्याशिवाय परत येऊ नये, असा बेत जगताप करू लागला. तो आणि शबनम पळून जाण्याची योजना आखत असतानाच दरवाज्यावर थाप पडली. दरवाजा उघडताच समोर सुरक्षारक्षक पाहून जगतापचा धीरच गळाला. या घरात अवैध काम चालते, अशी माहिती मिळाल्यानं ते त्याच्या घराची तपासणी करायला आले होते. जगतापचा नाइलाज झाला. अंगावर

लपवलेल्या सोन्याच्या चाळीस बिस्किटांसह त्याच्या घरात लपलेली शबनम सापडली.

जगताप आणि शबनमला अटक करण्यात आली आणि त्यांना ताबडतोब पोलीस कोठडीत टाकण्यात आलं. दोघांविरुद्ध 'स्मगलिंग'चा गुन्हा दाखल करण्यात आला. पोलिसांनी तयार केलेल्या प्राथमिक माहिती अहवालात असं म्हटलं होतं की, शबनमची झडती घेतल्यावर तिच्यापाशी दहा सोन्याची बिस्किटं मिळाली. शबनम थक्क झाली. सुरक्षारक्षकांनी बाकीची तीस बिस्किटं हडप केली होती! तिचा विश्वास बसेना. पोलीस सगळा मलिदा बिनबोभाट पचवणार आणि मी पुढ्यात वाढून ठेवलेल्या नष्टचर्यांची वाट पाहत हाल सोसत कोठडीत बसणार! तिच्या संतापाला पारावार उरला नाही. आता आपली यातून सुटका नाही, हे तिला कळून चुकलं; कारण तिच्यावरील आरोप एवढे पक्के अन् गंभीर होते की, त्यातून पळवाटीला जागा नव्हती. पण पोलिसांची चोरी पचू द्यायची नाही, असा तिनं निश्चय केला. तिनं लढा देण्याचा निर्धार केला. मी तुरुंगात एकटी जाणार नाही; मी सर्वांना खरं सांगेन, पोलिसांचं पितळ उघडं पाडेन आणि त्यांनाही तुरुंगाची हवा खायला लावेन... त्यांना माझ्यापेक्षा मोठी शिक्षा होईल एवढी काळजी नक्की घेईन.

शबनमच्या आयुष्याचा पार विचका झाला होता. ती जामीनावरही सुटू शकत नव्हती, कारण वकील आणि आवश्यक हमी द्यायला तिच्याजवळ पैसा नव्हता. आता त्या सोनाराचा या सर्व घडामोडीत कुठेच संबंध नव्हता आणि तिला रणवीरशी संपर्क साधायचा नव्हता. कारण त्याच्यावर खोटा आरोप ठेवून त्याचाही छळ करतील, अशी तिला भीती होती. खटला सुनावणीला आला. तिला कोर्टासमोर आपलं म्हणणं मांडण्याची संधी दिली गेली, त्या वेळी शबनम धीटपणे म्हणाली, "परिस्थितीमुळे गांजून मला हे अवैध काम करावं लागलं, पण खरे गुन्हेगार आहेत ते पोलीस. माझ्याकडे एकूण चाळीस बिस्किटं होती, त्यातील तीस या पोलिसांनी लुटली. त्यांचा गुन्हा माझ्याहून मोठा आहे. आमच्यासारख्या गरीब लोकांना निभत नाही, म्हणून असे गुन्हे करणं भाग पडतं. खरे गुन्हेगार आम्ही नाही, हे आहेत. माझ्यापेक्षा या पोलिसांनी फार मोठी चूक केलीय. त्यांना पहिल्यांदा शिक्षा झाली पाहिजे."

त्या दिवशी सुनावणीनंतर पोलिसांनी शबनमला निर्दयपणे मारहाण केली, पण यामुळे ती मोडून पडली नाही; उलट तिचा लढा देण्याचा निर्धार बळकट झाला. मार खाऊनदेखील यानंतरच्या प्रत्येक सुनावणीच्या वेळी पोलिसांचा धिक्कार करण्याची एकही संधी तिनं गमावली नाही. सुनावणी पूर्ण झाल्यानंतर निकाल जाहीर झाला, तेव्हा शबनमला धक्का बसला. त्या निकालानुसार फक्त

जगतापला आणि तिला दोषी ठरवण्यात आलं. त्यांना प्रत्येकी दहा वर्षे तुरुंगवासाची शिक्षा सुनावण्यात आली. पोलिसांनी काय केलं, त्याविषयी त्यात उल्लेखही नव्हता. त्यांना मोकाट सोडून दिलं गेलं. कैद होण्यापेक्षा न्यायाधीशांनी केलेल्या अन्यायामुळे शबनमवर खोल परिणाम झाला. कदाचित त्यांनाही लुटीतला काही वाटा दिला गेला असावा. निकालाचा निषेध करताना ती आरडाओरडा करू लागली. शेवटी तिला फरफटत नेत न्यायालयातून बाहेर काढण्यात आलं.

...शबनमचं आयुष्य बरबाद झालं, पण पोलीस सहिसलामत सुटले. शबनमला ह्या गोष्टीचा हरघडी त्रास होतो. तिला इथं आणल्यापासून ती फक्त सूड घ्यायचा विचार करत असते. रात्रंदिवस ती त्यांना सणसणीत धडा कसा शिकवावा याचे बेत आखत असते. त्या कोठडीत तिला एकटीला डांबण्यापूर्वी तिनं मला बऱ्याचदा सांगितलंय की, तिला त्या पोलिसांचे आणि न्यायाधीशाचे चेहरे चांगले लक्षात आहेत. सुटका झाल्यावर त्यांना शोधून काढण्याची तिनं शपथ घेतलीय. हे केव्हा होणार, देवालाच ठाऊक!

एकाकी ठेवून शबनमचा संताप चिरडून टाकता आलेला नाही, हे स्पष्ट दिसत होतं. इतकं क्रौर्य, इतका तीव्र द्वेष मी यापूर्वी कोणात पाहिला नव्हता. तिची अवस्था अंगात आलेल्या स्त्रीसारखी, कोंडीत पकडलेल्या सापासारखी झाली होती. हल्ला करण्याची ती वाट पाहत होती. आज वर्तमानपत्रांत नक्षलवाद्यांनी किंवा हल्लेखोरांनी पोलिसांना वा राजकारण्यांना ठार मारल्याच्या बातम्या येतात; त्या वाचताना मला कसलीशी संगती लागते आणि शबनमची आठवण येते.